अफलातून जलचरसृष्टी

दिलीपराज प्रकाशन प्रा. लि.™
२५१ क, शनिवार पेठ, पुणे -४११०३०

दिलीपराज प्रकाशनाची सर्व पुस्तके आता आपण *Online* खरेदी करू शकता.
आमच्या **Website** ला कृपया अवश्य भेट द्या. **www.diliprajprakashan.in**
दूरध्वनी क्रमांक (फॅक्ससहित)- २४४७१७२३, २४४८३९९५, २४४९५३१४
info@diliprajprakashan.in

अफलातून जलचरसृष्टी

प्रा. अनिल दांडेकर

दिलीपराज प्रकाशन प्रा. लि.
२५१ क, शनिवार पेठ, पुणे -४११०३०

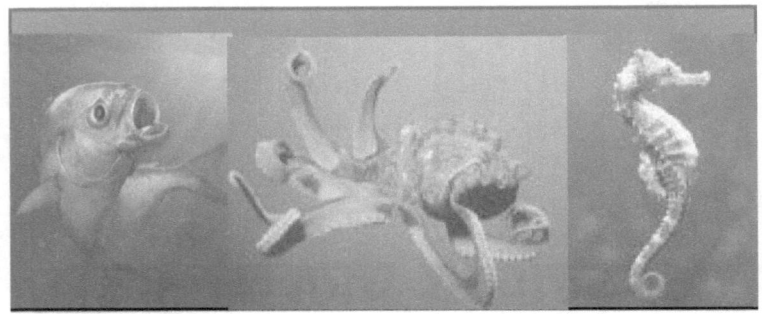

अफलातून जलचरसृष्टी | Afalatun Jalchalarshrushti

ISBN - 978 - 93 - 82988 - 55 - 7

प्रकाशक । राजीव दत्तात्रय बर्वे । मॅनेजिंग डायरेक्टर दिलीपराज प्रकाशन प्रा. लि.।
२५१क, शनिवार पेठ, पुणे ४११०३०

© प्रकाशकाधीन

प्रकाशन दिनांक : २९ सप्टेंबर २०१३

प्रकाशन क्रमांक : २०७७

मुद्रक   Repro India Ltd, Mumbai.

टाईपसेटिंग । सौ. मधुमिता राजीव बर्वे
पितृछाया मुद्रणालय, ९०९ रविवार पेठ. पुणे ४११००२

मुखपृष्ठ । कैवल्य राम मशिदकर

ज्ञात-अज्ञात वाचक, संपादक, स्नेही, मित्र,
आप्त यांनी वेळोवेळी केलेल्या कौतुकाबद्दल त्यांना
आदरपूर्वक अर्पण

अनिल दांडेकर

प्रस्तावना

श्रीमान अनिलराव दांडेकर सरांना मी गेली ५०-५५ वर्षे ओळखतो आहे. एक धडपडे, रुळलेल्या वाटेवरून न जाणारे, अखंड उत्साही व्यक्तिमत्त्व म्हणून त्यांची मला ओळख आहे.

दांडेकर सरांनी अध्यापन हे आपलं ध्येय मानलं. पुण्यातील नू. म. वि. प्रशालेसारख्या नामवंत शिक्षणसंस्थेत त्यांनी तळमळीनं शिकवण्याचं काम तर केलंच, पण वृत्तपत्रे आणि इतरही प्रसिद्धिमाध्यमांच्या मदतीने जनसामान्यांपुढे अनेक विषय रंजक पद्धतीने सादर केले. आजवर त्यांनी भूगोल-विज्ञान-निसर्ग-सजीवसृष्टी अशा अनेक विषयांचा परिचय आपल्या लिखाणातून आणि भाषणांमधून करून दिला. सिम्बॉयोसिस या संस्थेच्या स्थापनेत त्यांचा मोलाचा सहभाग होता. अमेरिकेतील नॅशनल जिओग्राफिक या जगप्रसिद्ध संस्थेच्या निमंत्रणावरून ते त्या संस्थेला भेट देऊन आले. पुण्यातून एव्हरेस्ट मोहीमेवर निघालेल्या धाडसी गिर्यारोहकांना आर्थिक मदत मिळवून देण्यासाठी प्रचंड धडपड केली. अक्षरश: घरोघरी फिरून, लहान-मोठ्या देणग्या मोहिमेसाठी मिळवल्या. अंदमानवरील त्सुनामीच्या आपत्तीची साद्यंत माहिती मिळवून, त्या भागाला प्रत्यक्ष भेट देऊन मिळालेली माहिती शाळा-महाविद्यालये आणि अनेक संस्थांमध्ये जाऊन तिथे ती सादर केली. त्यांच्या धडपडीची आणि विषयांची विविधता कळावी, एवढ्यासाठीच ही मोजकी उदाहरणे घेतली आहेत. प्रत्यक्षात त्यांचं काम त्यातूनही व्यापक आहे.

एकविसाव्या शतकात विज्ञान आणि निसर्गविज्ञान हे आपल्या दैनंदिन जीवनाचा भाग झालेला असले, तरीही त्यांतील अनेक विषय-उपविषय आपल्याला सखोल परिचित नसतात. ही उणीव लक्षात घेऊनच त्यांची विज्ञानरंजन, अद्‌भुत सजीवसृष्टी, अफलातून जलचरसृष्टी, चौकस सफर वसुंधरेची— ही चार नवी

पुस्तके आपल्यापुढे आणली आहेत. त्या विषयांची क्लिष्टता जाणवू न देता, सर्व माहिती पुरेशा तपशिलांवर आपल्यापुढे आणण्याचे त्यांचे कसब त्यातून दिसून येते.

त्या विषयांचा सर्वसामान्यांच्या जीवनात थेट संबंध येत नसला, तरीही त्या विषयाशी आपण व्यक्तिश: आणि समाजाचा एक घटक म्हणून कसे निगडित आहोत, हे त्यांनी उत्तम प्रकारे दाखविले आहे. त्या विषयांमध्ये अनेक सजीव आणि निर्जीव घटकांचा संबंध आला आहे. तरीही हे सारे लिखाण फार कंटाळवाणी लांबड न लावता पुस्तकाच्या २-४ पानांत आकर्षक पद्धतीने त्यांनी मांडले आहे. सर्व पुस्तकांत चाळिसाहून अधिक विषय-उपविषय समाविष्ट असल्याने, एखाद्या विषयाबद्दल आपली नावड असेल तर तेवढी २-४ पानं सोडून आपण आपलं वाचन पुढे चालू ठेवू शकतो. अर्थात, श्रीमान अनिलरावांची हातोटी अशी की, असा एखाद्याच्या नावडीचा विषयही त्यांनी असा खुलवून सांगितला आहे की, वाचक तो वाचून मगच पुढची पानं उलटेल.

– प्र. के. घाणेकर

मनोगत

माझ्या वैयक्तिक जीवनांतील १९६८-६९ हा काळ दिशादर्शक ठरला. महाविद्यालयीन विज्ञान पदवी अभ्यासक्रम पूर्ण झाल्यानंतर पुढे कोणती वाटचाल करायची, या विचारात गुरफटलो होतो. 'युथ ऑर्गयझेशन' नावाच्या सामाजिक-सांस्कृतिक विचारप्रवाहांचा ऊहापोह, कृती, विचारसत्रे घेणाऱ्या 'ॲक्टिव्ह ग्रुप'च्या संपर्कात आलो. समाजातील अनेकविध समस्या, विचारप्रवाह, अन्याय इत्यादींची तोंडओळख होऊ लागली. बिहारमधील भयानक दुष्काळ, लोकनेते जयप्रकाश नारायण यांची युवकांना हाक, स्वयंसेवकांची प्रत्यक्ष तेथे जाऊन कार्य करण्याची गरज—या सगळ्याने मन भारावून गेले. युथ ऑर्गनायझेशनच्या पहिल्या तुकडीत फर्ग्युसन महाविद्यालयाचा 'रिप्रझेंटेटिव्ह' म्हणून गया प्रांतातील 'रजौली' भागात स्वयंसेवकाचे कार्य महिनाभर केले. त्या कालखंडात जमीनदारी, गरीब-श्रीमंत शेतकरी, अन्याय, सामाजिक व्यथा इत्यादी विविध अंगांचे दर्शन झाले. जगाकडे पाहण्याची, अनुभव घेण्याची दृष्टी आणि वृत्ती आत्मसात झाली.

बिहार येथील अनुभव आणि विचार यामुळे लिखाणाचे बीज पेरले गेले. त्या सुमारास प्रसिद्ध झालेल्या 'मानव चंद्रावर उतरणार' या विलक्षण बातम्यांनी भारावून गेलो. त्या विषयावरील माहिती संकलित करण्याचा सपाटा लावला. 'स्वराज्य' मध्ये 'अंतराळवीर पृथ्वीवर तयार केले जातात' या मथळ्याचा माझा पहिलावहिला वैज्ञानिक लेख १९६९ च्या जुलै महिन्यात प्रसिद्ध झाला आणि विख्यात नू. म. वि. प्रशालेत विद्यार्थ्यांसमोर भाषण करण्याची संधी मिळाली.

नू. म. वि. प्रशालेच्या जगाशी तोंडओळख, तेथेच विज्ञान अध्यापकाची नोकरी... रसरशीत जिवंत, हुषार, प्रेमळ विद्यार्थी आणि स्नेही अध्यापक, कर्तबगार मुख्याध्यापक, संपन्न ग्रंथालय यांच्या सहवासातील तब्बल बावीस वर्षांचा सलग 'सोनेरी-सुगंधी' कालखंड वैयक्तिक आयुष्यात अविस्मरणीय ठरला. चिकित्सक-

ज्ञानपिपासू विद्यार्थी आणि समाज व प्रबोधन करण्याच्या सुप्त हेतूने वृत्तपत्रीय लिखाणाचा छंद जडला.

विज्ञान, भौगोलिक घडामोडी, आश्चर्ये, प्राणी, वनस्पती, क्रीडाप्रकार, मुलाखती, प्रवासवर्णने, पुस्तक परीक्षणे— अशा विविध विषयांवर प्रामाणिकपणे लिहीत गेलो. असंख्य विद्यार्थी, स्नेही, ज्ञात-अज्ञात वाचक, मार्गदर्शक, संपादक यांच्या अमोल पाठिंब्यामुळे हजारभर लेख सहजपणे प्रसिद्ध झाले.

लेखांच्या कात्रणांचा संग्रह काटेकोरपणे करीत राहिलो. कात्रणांच्या वह्या त्रासदायक वाटू लागल्या. वयोमानामुळे कागदही जर्जर होऊ लागले. ऑगस्टमध्ये माझा एक चाणाक्ष, मनमिळाऊ विद्यार्थी डॉ. मंदार परांजपे कामानिमित्त घरी आला होता. माझ्या लेखांचा पसारा पाहून त्याने काही वह्यांवर कटाक्ष टाकला. "सर, या लेखसंग्रहाचे आता काय करणार आहात?" या त्याच्या प्रश्नावर माझ्याकडे काहीच उत्तर नव्हते.

मंदारने त्याचे स्नेही दिलीपराज प्रकाशनाचे श्री. राजीव बर्वे यांना सहजपणे ओळख करून देण्याच्या दृष्टिकोनातून घरी पाचारण केले. लेखांचा संग्रह अस्ताव्यस्त पडलेला होता. त्यांच्या चाणाक्ष, अनुभवी दूरदृष्टीने काही मिनिटांतच लेखविषयांवरून शोधक नजर फिरवली. म्हणाले, "अहो, या संग्रहाची पुस्तके ज्ञानवर्धक आणि मनोरंजक ठरतील, वाचकांना आवडतील. फक्त परवानगी द्या." त्यावर ठीक आहे, तुम्ही ताबा घ्या— एवढेच बोलून मी मोकळा झालो.

मनातही नव्हते ते प्रत्यक्ष साकारले आहे, या अवस्थेची मला कल्पनाही नव्हती. सौ. यशोदिता सावकार यांनी अमूल्य वेळ देऊन प्रत्येक लेखाचे वाचन, निवड, फायलिंग, अनुक्रमणिका इ. सोपस्कार केले. त्यांच्या सहाकार्याशिवाय काहीच झाले नसते. या सहृदयी, आपुलकीयुक्त व्यक्तींमुळेच पुस्तकयोग मूर्त स्वरूपात आला आहे.

वाचकांना मनोरंजनयुक्त ज्ञानप्राप्ती व्हावी, हा अंतस्थ हेतू पुस्तकरूपात प्रत्यक्षात आणण्याचे श्रेय श्री. राजीव बर्वे, दिलीपराजचे सहकारी, डॉ. मंदार परांजपे, सौ. सावकार यांचेच आहे. वाचक या पुस्तकांचे स्वागत करतील, ही अपेक्षा बाळगतो.

– अनिल दांडेकर

अनुक्रमणिका

अनुक्रमणिका

अफलातून जलचरसृष्टी

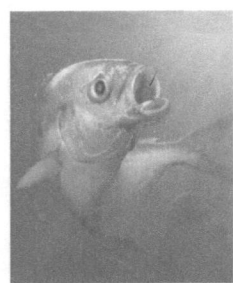

१. टास्मन सागर जीवसृष्टीचे भांडार

पृथ्वीचा सुमारे सत्तर टक्के पृष्ठभाग सागरांनी व्यापलेला आहे. प्रशांत, ॲटलांटिक, हिंदी महासागर, अरेबियन सागर इत्यादींच्या क्षेत्रफळाने लक्षावधी कि.मी. प्रदेश विस्तारलेला आहे. त्यांच्या अंतरंगातील जलचर आणि वनस्पतिसृष्टी शोधून काढण्यात अनेक संशोधक गेली आठ-नऊ दशके परिश्रम करीत आहेत. ऑस्ट्रेलियाच्या दक्षिण भागातील टास्मानिया हे बेट व त्याचा परिसर अनेकविध नैसर्गिक आश्चर्यांचे भांडार आहे.

डेव्हीड डाऊबीलेट या मेलबोर्न विद्यापीठातील संशोधकाच्या मार्गदर्शनानुसार संशोधक तुकडीने टास्मानिया बेटाच्या पूर्वेकडील टास्मन समुद्रात सातत्याने तीन वर्षे संशोधन केले. अत्याधुनिक यंत्रणा आणि उत्कृष्ट दर्जाचे कॅमेरे वापरुन त्यांनी टास्मन समुद्रातील जलसृष्टी उत्कृष्ट प्रकारे अभ्यासली आहे.

त्या तुकडीला सर्वप्रथम आश्चर्याचा आविष्कार झाला तो म्हणजे टास्मानियाच्या पूर्व किनाऱ्यांवरील खडकांमध्ये. साधारणत: सागर किनाऱ्यापासून आतल्या समुद्रात शंभर-सव्वाशे फूट उंचीचे सलग खडक आढळले. सागरांच्या लाटा वर्षानुवर्षे आदळून खडकांचा पृष्टभाग ताशीव, गुळगुळीत झाला आहे. त्यावर उगवतीचा सूर्यप्रकाश पडल्यामुळे सोनेरी झालर असल्याप्रमाणे ते दृश्य केवळ

नयनमनोहारी ठरते. अशाच प्रकारचा सृष्टी चमत्कार पश्चिम किनाऱ्यावरील खडकांवर मावळतीच्या किरणांमुळे साकारतो. या सौंदर्यात भर पडते ती समुद्राच्या अविरत लाटांमुळे. नितांत सुंदर पारदर्शक निळेशार पाणी व त्यांची फेसाळ, दुधाळ झालर केवळ चित्ताकर्षक ठरते. काही वेळेस भरतीच्या लाटा तीस-पस्तीस फूट उंच झेपावतात. त्यामुळे तो सर्व परिसर पांढराशुभ्र बनतो.

पाण्याच्या पृष्ठभागापासून केवळ पंधरा-वीस फूट खोलीवर केल्प या सागरी वनस्पतींच्या प्रचंड वसाहती आहेत. त्यांची जाडजूड, पसरट पाने, काही पानांचा रंग सोनेरी पिवळसर व त्यातून भ्रमंती करणारे विविधरंगी, हरतऱ्हेच्या आकाराच्या माशांचे समूह म्हणजे जलसृष्टीचा सरकता रंजकपटच आहे. या भागात संशोधकांना सीड्रॅगन हा दीड दोन फूट लांबीचा जलचर आढळून आला. या जलचराच्या तोंडाचा भाग निमुळता असून, दोन्ही जबडे, जणू काही तलवारीच्या पात्यांची आठवण करुन देतात. मानेकडील, पाठीकडील त्वचेचा रंग लालसर असून त्यावर चकाकणाऱ्या पिवळट डागांची पखरण असते तर शेपटीचा रंग लालभडक असल्याने सीड्रॅगनची हालचाल अतिशय आकर्षक ठरते. टास्मन समुद्राच्या तळाशी साधारणत: तीस ते पस्तीस पौंड वजनाचे तीन साडेतीन फूट रुंद आकाराचे किंगक्रॅब आढळतात. खेकड्यांच्या सर्व जातींमधील हा प्रकार सुमो पहिलवानाची आठवण करून देतो. यांचा एकंदर रंग पिवळसर असून, काळ्या रंगाच्या नांग्यांची लांबी एक दीड फूटापर्यंत असते. हजार बाराशे फूट खोलवरच्या अतिपारदर्शक पाण्यातील 'सूडोकॅरसिनस गिगास' हा प्रचंड आकाराचा खेकडा म्हणजे संशोधकांना पर्वणीच वाटते. समुद्रतळाच्या स्वच्छ वाळूवरुन तो खेकडा संथ गतीने हालचाल करताना पाहून एखादा रणगाडा शत्रूचा प्रदेश बिनधास्तपणे पादाक्रांत करीत असल्याचा भास होतो. कॅलोहिनकस मिली या वर्गातील तीन-साडेतीन फूट लांबीच्या माशाचे तोंड हुबेहुब हत्तीप्रमाणे दिसते. आश्चर्य म्हणजे त्याच्या वरच्या जबड्याचा पुढील भाग सोंडेप्रमाणे वाढलेला असतो. एलिफंटा फिश या सामान्य नावाने ओळखला जाणारा हा मासा केवळ टास्मन समुद्रात आढळतो. याच प्रदेशात रेड व्हेलव्हेट प्रकारचा मासा आढळतो. याचा रंग लालभडक असून, लांबी सुमारे आठ-नऊ इंच असते. या माशाला स्पर्श केल्यास गुबगुबीत कापसाच्या पुंजक्यात बोट खुपसल्यासारखे वाटते. आश्चर्य म्हणजे याच्या मानेजवळील कल्ल्यांना स्पर्श केल्यास मात्र विषारी सुई टोचल्यासारख्या झिणझिण्या येतात. टास्मन समुद्राच्या दक्षिण भागांत वेगळ्याच प्रकारचा शार्क मासा आढळल्याने शास्त्रज्ञांना मानसिक समाधान लाभले. सॉ शार्क हा मासा

सुमारे सहा साडेसहा फूट लांबीचा असून याच्या वरच्या जबड्याचा भाग आणि त्याच्या बाजूकडील भागांवर असणारे दाट केस यामुळे ते सर्व दृश्य धारदार करवतीप्रमाणे भासते. खालच्या जबड्याच्या मागील भागात अणकुचीदार दातांच्या पंक्ती असतात. याच्या डोळ्यांवर जाडसर कातडीचा थर असतो. याच्या वरच्या जबड्याचा पिवळाभडक रंग आणि खालच्या जबड्याचा गर्द हिरवा रंग यामुळे त्याचे स्वरुप फार भयानक दिसते. केरन होम्स या संशोधकाने या समुद्राच्या तळाशी असलेल्या गुहांचा प्रदेश शोधून काढला. त्या गुहांच्या आतील भागात स्पंज, सी ॲनेमोन यांच्या लांबलचक वसाहती आहेत. काही स्पंजचा रंग गुलाबी असल्याने तो सर्वच परिसर नयनमनोहारी असल्याचे शास्त्रज्ञांनी नोंदविले आहे. ज्याप्रमाणे या भागात रेडहेडफिश आढळून आले त्याचप्रमाणे अत्यंत दुर्मिळ असा झायबोल्स हेडफिशचेही दर्शन घडले. हा वेगळ्या प्रकारचा मासा पोहण्यापेक्षा वाळूंवरुन चालणे पसंत करतो. या माशाच्या परांचे रूपांतर जाडसर कल्ल्यांच्या पडद्यामध्ये झालेले असते. त्या कल्ल्यांचा वापर पायाप्रमाणे करता येतो. वाळूतून एक पाय उचलून चालल्याप्रमाणे दुसरा पाय पुढे टाकून आधार घेत भ्रमणाची क्रिया पूर्ण होते. या प्रदेशात दहा-बारा इंच लांबीचे अनेकविध रंगांचे सी हॉर्स मासे आढळले. त्यातील नर माशांच्या पोटाच्या पुढील भागात (कांगारुप्रमाणे) पिशवी असते. त्यात लहान पिल्लांची वाढ होते. जलवनस्पती, स्पंज, खेकडे इत्यादी सर्व प्रकारच्या विविधतेने नटलेल्या टास्मन समुद्रात अजूनही संशोधन केले जात आहे.

-*-*-*-

२. आर्क्टिक सागरातील विलक्षण जलचर
(दाढीवाला सील)

काळा तुकतुकीत, चकाकदार रंग, अत्यंत गोंडस गोलाकार, चेहरा, किंचितसे खोलगट टपोऱ्या जांभळासारखे डोळे, मानेच्या खालच्या बाजूला, पसरट, झडपा असलेले पायासारखे अवयव वल्ह्याप्रमाणे कार्यरत असतात. शरीराचा शेपटाकडील भाग काहीसा पसरट एखादे कोंबून भरलेले लांबट पोते दिसावे त्याप्रमाणे आर्टिक सागरातील बर्फाच्या लाद्यांवर पहुडलेला 'मंक बिअर्ड' सील प्राणी संशोधकांना मोलाचा वाटतो.

आर्टिक महासागराच्या परिसरात उत्तर ध्रुवीय प्रदेशात ग्रीनलँड, नॉर्वे, स्विडन, रशियाचा उत्तर भाग, आहे. या सागरी प्रदेशात व्हेल, सील, वॉलरस, यासारखे जलचर मोठ्या प्रमाणात आढळतात. परंतु त्यांची शिकार करणे कायद्याने बंद झाल्याने आणि सात आठ महिने बर्फवृष्टी व शून्यापेक्षा खाली २० ते ३० अंश फॅरनहीट तापमान असल्याने जलसृष्टीवर संशोधन करणे दुरापास्त ठरले आहे.

नॉर्वेच्या उत्तरेकडील स्वॉलबॉर्ड प्रदेशात संशोधन करीत असताना अमेरिकन संशोधकांना काही बर्फाच्या लाद्यांवर तोंडाभोवती भरगच्च मिशा असलेले सील

दृष्टोपत्तीस पडले. नेहमीच्या सीलना मिशा नसतात. त्यामुळे हा वेगळाच प्रकार आहे. असे संशोधकांनी नोंदवले. या विलक्षण जलचरांवर संशोधन करण्यासाठी नॅशनल जिओग्राफिक संस्थेने ओटांरिओ विद्यापीठातील किट कोव्हक्स, फ्लिप निकॉलीन यांच्यावर जबाबदारी सोपविली.

१९९३ पासून नॉर्वेच्या परिसरात सात्यत्याने संशोधन करुन 'दाढीवाल्या सील'बद्दल माहिती आता उपलब्ध झालेली आहे. या जलचरांवर संशोधन करताना त्यांना प्रथम मोठी अडचण जाणवली ती म्हणजे हा सीलचा प्रकार अत्यंत एकलकोंडा आहे. लहान पिल्लू मातेसमवेत सोडल्यास ते कधीही कळपाने एकत्र राहात नाहीत. कोठल्यातरी दूरवरच्या बर्फाच्या लादीवर मात्र तासन्तास पडून ऊन खाणे हा त्यांचा एकमेव उद्योग असतो. इतर प्राण्यांची, बोटींची चाहूल लागताच पाण्यात सूर मारुन एकदम अदृश्य होण्याची किमया त्यांना लाभलेली आहे.

या सर्व परिस्थितीचा विचार करुन किट कोव्हक्स यांच्या तुकडीने अजिबात ध्वनिनिर्मिती होणार नाही, लाटा उसळणार नाहीत अशा प्रकारच्या मोटारबोटी बांधून घेतल्या. कार्यक्षम टेलिस्कोप व टेलिस्कोपिक भिंग असणारे ॲटोमॅटिक कॅमेरे यांचा वापर करुन दूरवरुन दाढीवाल्या सीलचे छायाचित्रण करण्यात यश मिळाले.

साधारणतः चार साडेचार फुटाची लांबी, पाचशे पौडांपर्यतचे वजन मिनिटाभरात पाण्यात तीन चारशे फूट खोलवर सूर मारण्याची क्षमता असणारे सील शास्त्रज्ञांच्या लक्षात आले. संशोधनातील सर्व घटक नोंदवण्यासाठी माता आणि तिच्याबरोबर वावरणारे पिल्लू मिळणे जरुरीचे होते. त्या दृष्टीने त्यांनी मोहिम सुरु केली. साधारणतः पन्नास किमी क्षेत्रफळाच्या सागरात अशाप्रकारचे तीन चार सील्स असल्याचे निश्‍चित झाले. त्यांना ओळखण्यासाठी ईपॉक्सी रेझिन मिश्रीत तैलरंग वापरुन वॉटरकॅनन मार्फत त्यांच्या शरीरावर रंगाचे चट्टे उमटविण्यात आले.

दोन माता व त्यांच्या समवेत दोन पिल्ले त्या परिसरात वावरत असल्याचे निश्चित झाल्यावर संशोधनाचा पुढील टप्पा साकारण्यास सुरुवात झाली. मातेचे वजन आठशे पौंडापर्यंत तर पिल्लाचे वजन दीडशे पौंडापर्यत असावे हा शास्त्रज्ञांचा अंदाज खरा झाला. सील बर्फाच्या लादीवर पहुडतात व भूक लागताच पाण्यात डुबी घेऊन लहान जलचर, मासे, झिंगे गिळंकृत करतात. हे लक्षात आले अशा दाढीवाल्या सीलना ताब्यात घेणे अत्यंत जरुरीचे होते. ते करताना

त्यांना कोणत्याही प्रकारची ईजा होणार नाही ही काळजी घेण्यासाठी तुकड्याने नॉयलॉन पॉलिथिनची ठराविक आकाराची पोती तयार करुन घेतली. विशेष करुन लहान पिल्लू सहज पकडता येईल यासाठी त्या पोत्यांना काळसर रंग दिला, पोत्यामध्ये लहान जलचर भरुन ठेवले.

बऱ्याच प्रयत्नानंतर यश मिळू लागले. पोत्यात अलगदपणे दोनशे पौडापर्यंतचे पिल्लू अडकू लागले. त्याला काही काळ बेशुद्ध करुन त्याचे रक्तगट तपासणे दातांची रचना अभ्यासणे, त्वचेचे सँपल घेणे इत्यादी निरीक्षणे उरकण्यात आली पिलाच्या शोधात माता तेथेच वावरते. हे लक्षात आल्यावर मोठ्या आकाराची पोतीवजा जाळी तयार करुन पोत्यात मादीला ताब्यात घेण्यात यश मिळाले.

मातेच्या दुधाचा अभ्यास करण्यासाठी तिच्या शरीरात ऑक्सिटोसिन संप्रेरक टोचण्यात आले. या सप्रेंरकामुळे दुधाची निर्मिती जास्त प्रमाणात होते. त्या पिल्लाला स्तनांजवळ नेल्यास दूध भरपूर प्रमाणात बाहेर स्त्रवू लागते. हे लक्षात आले. दुधाचे पृथ्थकरण करण्यात आले. दुधामध्ये पन्नास टक्क्यांपेक्षा जास्त चरबीयुक्त घटक असल्याचे निश्चित झाले.

पिल्लाला जन्म दिल्यानंतर सुमारे दहा महिन्यापर्यंत माता रोज पंचवीस लिटर्सपर्यंत दूध निर्माण करु शकते. एक महिन्याच्या कालखंडानंतर पिल्लू पंधरा ते वीस लिटर्स दूध ग्रहण करते. असेही संशोधकानी निश्‍चित केले. याचा परिणाम म्हणजे जन्माचे वेळी पिल्लाचे वजन तीस-पस्तीस पौंडाचे जवळपास असते. परंतु सहा महिन्यांत त्याचे बाळसे तीनशे पौंडापर्यत भरते.

बेशुद्ध अवस्थेत सीलला साधारणत: दीड ते दोन तासापर्यत ठेवण्यात येते. त्यानंतर जास्त काळ बेशुद्धवस्था राहिल्यास मेंदूत रक्तस्त्राव होऊन मृत्यू येऊ शकतो. या काळात काही सील्सच्या पाठीवर छोटया आकाराचा रेडिओ ट्रान्स्फॉर्मर बसविण्यात आला आणि किती काळात किती खोलवर, सूर घेण्याची क्षमता आहे याची नोंद करणारा 'टाईम डेप्थ रेकॉर्डर बसविण्यात आला. या प्रकारच्या यंत्राची जोडणी केल्याने सीलला कोणत्याही प्रकारचा त्रास होत नाही. परंतु महत्वाची निरिक्षणे शास्त्रज्ञांना प्रयोगशाळेत नोंदविता येतात.

माते समवेत पिल्लू साधारणपणे सात-आठ महिने वावरते. त्या काळात त्याला खोलवर सूर मारण्याचे, भक्ष्य पकडण्याचे, बर्फावर विश्रांती घेत असताना पांढरी अस्वले, लांडगे यांच्यापासून संरक्षण मिळविण्याचे शिक्षण मिळते. दाढीवाले सील प्रयोगशाळेत प्राणी संग्रहालय वाढविण्याचे प्रयत्न नॉर्वेमध्ये करण्यात येत आहेत.

-*-*-*-

३. हार्प सील - समस्या निर्माण करणारा जलचर

सरासरीने जवळपास अडीचशे पौंडांचे वजन, दोन टपोरे डोळे, लांबट फुगीर नळकांड्यांप्रमाणे भासणारे चकचकीत काळ्या रंगाचे शरीर, चेहऱ्याचा गोलाकार भाग चकाकदार, शंभर टक्के गडद डांबराच्या रंगाचा, तोंडाच्या बाजूला माफक टोकदार पांढऱ्या मिशा, शेपटीकडील पसरट भाग वल्ह्यासारखा, सतत डाव्या-उजव्या बाजूला हलणारा, तर शरीराच्या मध्य भागात पसरट पंज्याप्रमाणे दिसणारे कातडीचे लोंबणारे दोन भाग, असा काहीसा विचित्र आकाराचा हार्प सील उत्तर अटलांटिकच्या भागात त्रासदायक ठरणारा जलचर म्हणून संशोधकांच्या चर्चेचा विषय होऊ लागला आहे.

उत्तर गोलार्धात ग्रीनलँड, कॅनडाच्या पूर्व किनाऱ्यावरील गल्फ ऑफ सेंट लॉरेन्स या नावाने ओळखल्या जाणाऱ्या, उत्तर अटलांटिकमध्ये हार्प सीलचे वास्तव्य प्रामुख्याने आढळते. पॅगोफिलस ग्रोनालँडिकस या शास्त्रीय नावाने तो

ओळखला जातो. सीलचे मांस, चरबी आणि कातड्यापासून उपयुक्त वस्तू तयार करण्यासाठी त्याची शिकार करणे हा तेथील मच्छीमारांचा पारंपरिक व्यवसाय. पाण्यात सहजपणे पोहणारा, मिनिटभरात सात-आठशे फूट खोलपर्यंत पाण्यात वेगाने सूर मारुन अदृश्य होणारा, साधारणत: दहा ते पंधरा मिनिटांनी पाण्याच्या पृष्ठभागावर येऊन श्वसन करणारा हा जलचर संशोधकांचे अनेक कारणांनी लक्ष वेधून घेत आहे.

जेव्हा हा जलचर पाण्यात एकदम दिशा बदलतो, खोलवर सूर मारण्याची क्रिया करतो; तेव्हा त्याच्या शरीराचा मध्य भाग व शेपटीकडील भाग एखाद्या भाल्याच्या पसरट टोकाप्रमाणे आकार निर्माण करतो.

चुकून बर्फाळ प्रदेशात अडकल्यास किंवा जाडसर बर्फाच्या थरात रुतल्यास मात्र त्याचे प्रचंड हाल होतात. हवेतील ऑक्सिजन घेऊन तो जगू शकतो; परंतु जमिनीवरचे तापमान, पोहण्यासाठी धडपड या विपरीत अवस्थेत तडफडू लागतो. शरीराची उलघाल सुरु होते. रक्तबंबाळ होऊन तडफडून त्याचा मृत्यू ओढवतो. बर्फाळ प्रदेशातील अस्वले, कुत्रे, शिकारी यांच्या नजरेस पडल्यास त्याला मृत्यूशिवाय पर्याय नसतो.

त्याचे रुचकर मांस, चरबी यामुळे त्यांची शिकार गेली शंभर-दीडशे वर्षे अव्याहतपणे सुरु होती. यांत्रिक पद्धतीच्या मोठ्या बोटींमार्फत जाळे टाकून, बाण मारुन, भाल्याने टोचून सीलची शिकार हमखास, लाभदायक ठरत असे. परिणामत: प्रतिवर्षी कोट्यवधी टनांचे मांस आणि कोट्यवधी डॉलर्सची कमाई या दुष्टचक्रामार्फत सीलची संख्या झपाट्याने कमी होऊ लागली.

ग्रीन पीस, काही पर्यावरण संरक्षक संघटना यांनी सीलचा १९६० पासून पद्धतशीर अभ्यास सुरु केला. सेंट लॉरेन्स विद्यापीठाचे डॉ. डेव्हिड लाव्हिग्रे, गॅरी स्टेनसॉन, कॅनडा फिशरीज डिपार्टमेंटचे जॉन हॅमिल यांच्या तुकडीने संशोधन केले. हार्प सीलबद्दलची भरपूर माहिती संकलित करण्यात आली.

त्यानुसार सीलची आयुर्मर्यादा ३० वर्षांपर्यंत असून सरासरीने त्यांचे वजन दोनशे ते अडीचशे पौंडांपर्यंत असते. वयाच्या तिसऱ्या वर्षापासून सीलच्या बिनदिक्कत केल्या जाणाऱ्या शिकारीसंदर्भात कडक कायदे कॅनडाने असित्वात आणले. त्या सागरी प्रदेशात साधारणत: साडेनऊ लाख सील असावेत. त्यांपैकी प्रतिवर्षी तीन लाख सीलची शिकार करण्याचे परवाने ठरावीक शिकाऱ्यांना, कंपन्यांना देण्यात आले.

सन १९७५ पासून अस्तित्वात आलेल्या या कायद्याचे काटेकोर पालन

करण्यात आले. सीलना अभयदान मिळाले, त्यांची संख्या टप्प्याटप्प्याने वाढू लागली; परंतु त्यांच्या प्रजननक्षमतेचा अंदाज निश्चित न करता आल्याने १९९८ पासून वेगळ्या समस्यांकडे संशोधकांचे लक्ष वेधले गेले. सागरी खेकडे, कॉड मासे, क्रिल, श्रिंप, झूपडॅकटॉन यांचे चार टन इतके अन्न म्हणून प्रत्येक सील फस्त करीत असल्याने या सागरी घटकांची कमतरता मासेमाऱ्यांच्या लक्षात आली. सन २००० हार्प गणनेनुसार सीलची संख्या सुमारे पंच्च्याणव लाखांच्या घरात गेली असल्याचे लक्षात आले.

निरीक्षणे करून, अभयदान देऊन कायद्यांचे कडकपणे पालन केल्यामुळे सीलला न्याय आणि इतर असंख्य सागरी प्राण्यांवर अन्याय अशी परिस्थिती आता निर्माण झालेली आहे. सीलची शिकार करण्यासाठी जास्त व्यक्तींना परवाने देण्याचा विचार कॅनडा सरकारने सुरू केलेला आहे. कायद्याच्या पलीकडे जाऊन हार्प सीलचे चक्रवाढ पद्धतीने होणारे पुनरुत्पादन कसे नियंत्रित करावे, या समस्येभोवती सागरी संशोधक आता लक्ष केंद्रित करत आहेत.

-*-*-*-

४. फुगू : विषारी, आणि तरीही चटकदार मासा

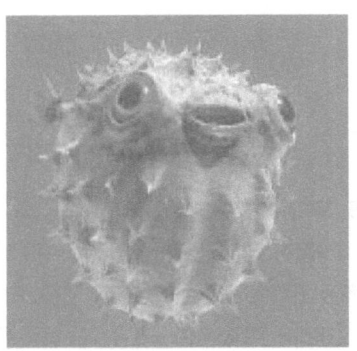

ग्लोबफिश, स्वेलफिश, ब्लोफिश, फुगू, रूबेरीपेस, फुगू झंकथोपस ऊर्फ पफर इत्यादी विविध नावांनी ओळखला जाणारा अत्यंत विषारी, परंतु प्रचंड चविष्ट खाद्य म्हणून वापरला जाणारा फुगू मासा हे एक सागरी आश्चर्य आहे. फुगू या नावाने सर्वसामान्य लोकांना माहीत असलेला हा मासा दक्षिण पॅसिफिक हवाई बेटांजवळील समुद्र, तांबडा समुद्र, हिंदी महासागर वगैरे भागात मोठ्या प्रमाणात आढळतो.

साधारणत: अडीच तीन फूट लांब, तीस पौंड वजन, निळे काळसर डोळे, धारदार खवले असलेला फुगू अनेक प्रकारांनी वैशिष्ट्यपूर्ण आहे. शत्रूला घाबरवण्यासाठी, महाकाय जलचरांपासून रक्षण करण्यासाठी, लहान मत्स्यांना आकर्षून घेण्यासाठी, शरीरात पाणी खेचून घेऊन किंवा भरपूर हवा शोषून स्वत:चे शरीर तिपटीने फुगवू शकतो. एखादा भरपूर हवा भरलेल्या फुटबॉलसारखा हा जलचर संथपणे पाण्यातून विहार करताना भीतीयुक्त आश्चर्य निर्माण होते. आतडी, जठर यात भरपूर हवा, पाणी साठवून ठेवण्याची क्षमता असल्याने तो आकारात बदल करू शकतो.

त्याची आतडी, यकृत, बीजांडे यात टेटरोडोटॉक्सिन किंवा पफर टॉक्सिन

नावाचे अत्यंत विषारी रासायनिक द्रव्य असते. त्या द्रव्याच्या केवळ स्पर्शाने, ते शरीरात प्रवेशल्याने साधारणत: दीड तासात माणसाला मृत्यू येतो. या विलक्षण गुणधर्मामुळे फुगू मत्स्याला गेल्या चार हजार वर्षापासून ऐतिहासिक महत्त्व प्राप्त झालेले आहे. इसवी सनापूर्वी दोन हजारमध्ये इजिप्तमधील पाचव्या राजघराण्यातील एका राजपुत्राच्या खाण्यात चेंडूसारख्या मत्स्याचा समावेश करून विरोधकांनी त्याचा विषामार्फत नाश घडवून आणला, असा उल्लेख आढळतो. जपान, हवाई बेटांच्या भागातील काही कोळी या मत्स्यामुळे तडकाफडकी मृत झाल्याची नोंद आहे. असे सर्व प्रकारचे दुर्गुण असूनही फुगू मत्स्य अमेरिका, जपान या देशांमध्ये एक दर्जेदार, अत्यंत रूचकर, कलात्मक पद्धतीने तयार केलेला खाद्यपदार्थ म्हणून वापरला जातो हे एक आश्चर्यच आहे. फुगूपासून विविध स्वरूपांचे कलात्मक खाद्यपदार्थ करण्यात विशेषकरून जपानी लोकांचा हातखंडा आहे. व्यवस्थित शिजविलेले, सोयाबीन, सॉस, मुळा, कांदा, तिखट यांचा माफक वापर करून तयार केलेली फुगू डिश पन्नास ते दोनशे डॉलर्स पर्यंत टोकियो, कोबे, सानफ्रान्सिस्को, न्यूयॉर्क, मेरीलँड, लॉस एंजेलिस, येथील खास जपानीज रेस्टॉरंटमध्ये उपलब्ध असते.

फुगू मत्स्यांपासून डिश तयार करणारे आचारी म्हणजे जपानी पाक कौशल्यातील एक परंपरा आहे. साधारणत: आठ वर्षाचा स्वयंपाकातील अनुभव असलेल्या व्यक्तीला प्रथम फुगू संदर्भात सर्व प्रकारची माहिती उपलब्ध करून घ्यावी लागते. फुगूमध्ये एकूण साडेचारशे उपजाती आहेत. त्यापैकी फक्त पन्नास जातींचे मत्स्य अन्न म्हणून खाण्यास योग्य असतात. प्रथम त्या योग्य प्रकारांची माहिती करून घ्यावी लागते. त्यासंबंधी लेखी परीक्षा उत्तीर्ण झाल्यावर दोन वर्षे फुगूपासून खाद्यपदार्थ तयार करणाऱ्या कुकच्या हाताखाली मदतनीसाचे काम करावयाचे असते. या कामाचे वेळी त्या मत्स्याचे शरीरातील विषारी भाग अचूकपणे कसे काढावयाचे, अनावश्यक भाग काढून टाकल्यानंतर इतर भाग पाणी, वेगवेगळी रसायने वापरून कसे धुवून टाकायचे याचे प्रात्यक्षिक शिक्षण घ्यावे लागते. यानंतर फुगूपासून तयार केलेले पदार्थ मांजर, कुत्री यांना खायला देतात. त्यांच्यावर विपरित परिणाम न झाल्यास त्या स्वयंपाक्याची तज्ञ फुगू कुकमार्फत चाचणी घेतली जाते. त्यात उत्तीर्ण झालेल्याला प्रमाणपत्र दिल्यानंतर तो रेस्टॉरंटमध्ये फुगू डिशेस तयार करू शकतो.

टोकियोमधील फुगूकेन, सानफान्सिस्कोमधील फुगूसावाका, न्यूयॉर्कमधील फुगूनेमो या रेस्टॉरंटमार्फत प्रतिवर्षी सुमारे अडीच कोटी रुपयांच्या फुगूडिशेस

रसिक खवैय्यांची लालसा पूर्ण करतात. अत्यंत रुचकर, कलात्मक आणि अर्थातच काळजीपूर्वक तयार केलेली फुगूडीश गिऱ्हाईकासमोर येण्यास तासभर अवधी लागतो. त्या वेळात माफक मद्य घेण्याची प्रथा आहे. काही रेस्टॉरंटस्‌मध्ये मोठमोठ्या कांचेच्या तलावांत फुगू विहार करीत असतात. गिऱ्हाईक आपल्या पसंतीनुसार फुगू निवडतो आणि त्याचा खाद्यपदार्थ ऑर्डर करू शकतो!

टोकियोतील हायदोमारी मार्केटमार्फत प्रतिवर्षी सुमारे पाच कोटी रुपयांच्या फुगूची विक्री होते. पॅसिफिक, हिंदी महासागर, कोरिया समुद्र येथून फुगू पकडून ते सुरक्षितपणे टोकियोला आणण्यासाठी खास बोटी, हेलिकॉप्टर्स यांचा वापर केला जातो. या उद्योगधंद्यात, मासेमारीत, विक्रीत सुमारे पंधरा हजार व्यक्तींचा उदरनिर्वाह केला जातो. फुगूकेने रेस्टॉरंटमधील कानेहरू कशिमा हा साठ वर्षांचा कुक फुगू डिशेसमधील तज्ज्ञ समजला जातो. गेली चाळीस वर्षे तो फुगू मत्स्याच्या डिशेस तयार करीत आहे. त्याचा महिन्याचा पगार पन्नास हजार रुपये इतका आहे! त्याने तयार केलेल्या डिशेसचा स्वाद जपानमधील पंतप्रधान, राजघराण्यातील व्यक्ती, जपानला भेट देणारे परदेशांतील मान्यवर पुढारी यांना देण्याचा प्रघात आहे.

फुगूच्या यकृत, आतड्यातून काढलेले टेटरोडोक्सीनचा उपयोग अतिशय तीव्र वेदना शमविण्यासाठी, मज्जासंस्थेचे झालेले असाध्य रोग बरे करण्यासाठी, सांधेदुखी यासाठी केला जातो. फुगू या मत्स्याच्या आकाराचे पतंग, आकाशदिवे, टेबललॅम्प्स तयार करणे हासुद्धा एक मोठा कलात्मक उद्योगधंदा जपानमध्ये आहे. विशेषकरून फुगूच्या शरीरातील अनावश्यक भाग पोखरून काढून त्यात लाकडाचा भुस्सा वगैरे भरून तयार केलेल्या चित्ताकर्षक टेबललँपसची किंमत दहा हजार रूपयांपर्यंत असते!

कितीही काळजी घेतली तरी फुगूचे मास खाऊन जपानमध्ये प्रतिवर्षी सरासरीने दहा-पंधरा व्यक्तींना विषबाधा होऊन मृत्यू येतो! सार्वजनिक आरोग्य खाते या संदर्भात अतिशय जागरूक असते. परंतु काही जपानी नागरिक जिभेच्या लालसेपुढे विशेष काळजी न घेता फुगू डिशेस तयार करतात आणि मृत्यूला कवटाळतात असे आढळून आले आहे! अतिशय विषारी, अत्यंत रूचकर, कलात्मक व्यक्तींना हरतऱ्हेचे आव्हान ठरणाऱ्या फुगूमार्फत कोट्यावधी रुपयांची उलाढाल मात्र होते. केवळ जिभेच्या सेवेसाठी वापरण्यात येणारा फुगू हा एकमेव विषारी मत्स्य आहे!

-*-*-*-

५. पसरट शरीराचा मँटीस

लांबट, पसरट तोंड आणि लंबगोलाकार शरीर स्पष्टपणे दिसणारा; परंतु मानेचा अजिबात पत्ता नसणारा काळसर-निळसर रंगांचा मँटीस हा एक अजस्त्र जलचर आहे. याची लांबी सुमारे दहा ते बारा फूट असून, वजन सरासरी एक टनापर्यंत असते. निमुळती शेपूट आणि शरीराच्या मध्यावर पोटाच्या भागात दोन्ही बाजूंना वल्ह्याप्रमाणे जाडसर पर असतात. शेपूट आणि परांच्या साह्याने सहज पोहता येते. फ्लोरिडाचा सागरकिनारा, गल्फ ऑफ मेक्सिको या भागांत मँटीस मोठ्या संख्येने आढळतात. हा जलचर संपूर्णपणे माणसाळतो. त्यामुळे त्याला मोठ्या बंदिस्त सरोवरांमध्ये, स्विमिंग पूलमध्ये सांभाळतात. प्रेक्षकांच्या

समोर तो ठरावीक पद्धतीने पोहून, विविध हालचाली करून मनोरंजन करतो. मँटीसला दिवसाकाठी सरासरीने तीस ते पस्तीस किलो जलवनस्पती अन्न म्हणून लागते. काही वेळेस तो लहान बोटींना धडकतो, तेव्हा बोटी उलट्या होतात. त्याला ध्वनी ज्ञान व्यवस्थित होते. तलावाच्या काठी संगीताचे सूर काढल्यास तो रंजक स्वरूपाच्या हालचाली करतो.

-*-*-*-

६. सागरी अश्व मासा (सी-हॉर्स)

शरीराची लांबी सुमारे चार ते सहा इंच. तोंडाचा आकार हुबेहूब घोड्यासारखा. तोंड आणि पोटाच्या भागाला जोडणारी मान स्पष्टपणे दिसते. शरीराचे वजन सुमारे वीस-पंचवीस ग्रॅम. पोटाचा आकार फुगीर, बेढब. दोन-अडीच इंचांची लांबट शेपूट.

शरीराच्या पोटाकडील खालच्या भागाचा रंग गर्द पिवळा. शरीराच्या वरील भागावर ठिपकेदार काळ्या रंगाचे स्पष्ट पट्टे. ऑस्ट्रेलियातील टास्मानियाच्या सागरी प्रदेशात सापडणारे पॉटबेलीड सी-हॉर्स मासे म्हणजेच सागरी सृष्टीतील एक आश्चर्य आहे. सी-हॉर्स मासे शेपटीची लयबद्ध हालचाल करीत उभ्या सरळ रेषेत पोहत असतात, ते दृश्य अत्यंत रमणीय दिसते. पाण्यातील गवतासारख्या

वनस्पती तोडून खाताना हुबेहूब घोड्याच्या रवंथ करण्यासारखी क्रिया घडते.

सी-हार्स साधारणत: वीस-पंचवीसच्या संख्येने वावरत असतात. उभ्या रांगेत ते पोहतानाचे दृश्य अतिशय रंजक ठरते. मादीच्या शरीरात अंड्यांचे फलन होते आणि फलित अंडी नराच्या शरीरात-फुगीर पोटात विसावतात. सुमारे दोन आठवड्यांनंतर लहान पिल्लांना जन्म दिला जातो. सी-हॉर्स मासे प्रयोगशाळेत, ॲक्वेरिअममध्ये अतिशय शोभून दिसतात. काही वेळेस ते शेपटीच्या साह्याने सरळ उभे राहतात.

-*-*-*-

७. माशांप्रमाणे जीवनक्रम असणारे स्पंज

पृथ्वीवरील जलचर सृष्टी केवळ अगाध, अगम्य आणि संशोधकांना सातत्याने कार्यप्रवण करणारी आहे. पॅसिफिक, अॅटलांटिक इत्यादी महासागरांच्या अंतरंगात वीस-पंचवीस किलोमीटर्स खोलीवर दऱ्या-खोरी आहेत. त्यांच्या आधारे विविध प्रकारचे मासे, जलजीव वास्तव्य करून असतात. ते जलजीव इतर ठिकाणी आढळत नाहीत. वेस्ट इंडीज बेटांच्या समूहात लिटल कायमन बेटांचा निर्जन भाग आहे. तेथे कोणत्याही प्रकारचे प्रदूषण नसल्याने सागरी पाणी अत्यंत स्वच्छ, पारदर्शक असते. त्या भागात समुद्रात बुडालेल्या खडकांच्या आधारे प्रवाळ वसाहती (कोरल रिफ्स) शतकानुशतके संथ गतीने वाढत आहेत. अशा काही प्रवाळ वसाहतींमध्ये बाहेरून चॉकलेटी रंगाच्या, आतून पांढऱ्या रंगाच्या एका फुटापर्यंत लांबीच्या नलिकांचे (ट्यूब्ज्) समूह आढळतात. त्यांना ट्यूब स्पंजेस म्हणतात. त्यांच्या बाह्य भागात लाल रंगाचे तंतू असतात. त्यांच्या सभोवती विविध प्रकारच्या मत्स्यांचे समूह वावरत असतात. तोंडाजवळील स्नायूंचे संथ गतीने आकुंचन-प्रसरण सतत सुरू असते. त्यामार्फत पाण्यातील सूक्ष्म जीव अन्न म्हणून आत खेचले जातात आणि उदरनिर्वाह केला जातो. वर्षानुवर्ष स्थलांतर न करता ट्यूब्ज स्पंजच्या वसाहती संथ गतीने वाढत असतात.

-*-*-*-

८. स्किड मासा

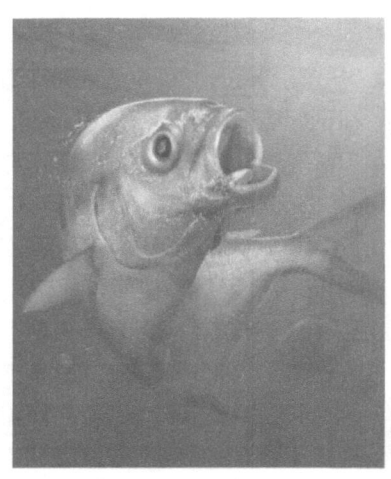

जपान हा लहान-मोठ्या आकारांच्या बेटांचा देश आहे. जपानचा पूर्व किनारा पॅसिफिक महासागराचा, तर पश्चिम किनारा सी ऑफ जपान ह्या सागराचा आहे. जपानच्या दक्षिण भागातील शिकोकू बेटाच्या पूर्वेकडील पॅसिफिक सागरात स्किड मासे मोठ्या प्रमाणात आढळतात. त्रिकोणी पसरट पतंगाच्या आकाराच्या शरीराचा रंग काळपट-चॉकलेटी असतो. पसरट डोके, तोंड याच्या बाजूला दहा-बारा इंच लांबीचे पांढऱ्या रंगाचे जाडसर धागे असतात. दहा-बारा किलोपर्यंत वजन असणारे स्किड पृष्ठभागाच्या आतून वीस-पंचवीस फुटांवरून संथ गतीने पोहतात. ते साधारण तीस-चाळीसच्या संख्येने वावरत असतात. शरीराचा पसरट आकार आणि धाग्यांची लयबद्ध हालचाल-एकंदर भीतिदायक दृश्य दिसते. डोळे बटबटीत आणि जास्त फुगीर असतात. वेगळ्या प्रकारची जाळी वापरून यांची शिकार केली जाते. काठांवर त्यांना उलटे टांगून मारून टाकतात. स्किडचे मांस आणि त्यापासूनचे सूप जपानी लोकांचे चविष्ट खाद्य आहे. त्यांची मोठ्या प्रमाणात मासेमारी करण्यात येते.

-*-*-*-

९. नारळी खेकडा

पॅसिफिक महासागरात अनेक लहान-मोठ्या आकारांची अनेक बेटे आहेत. त्यांतील बहुसंख्य बेटांवर लोकवस्ती नसते. किनाऱ्यापासूनच्या लगतच्या भागात दाट जंगलांना सुरुवात होते. अशा पर्यावरणाला मानवी आक्रमणापासून शतकानुशतके अभय मिळाल्याने विविध प्रकारची जीवसृष्टी वृद्धिंगत झालेली आहे. पॅसिफिकमधील विषुववृत्तीय भागात हवाई बेटांचा समूह आहे. त्यांतील पाल्मआयरा बेटांवरील नारळाच्या झाडांवर 'नारळी खेकडा (कोकोनट क्रॅब)' भयानक स्वरूपात आक्रमण करतो. या खेकड्यांचे वजन दोन-अडीच किलोग्रॅम इतके असते. याच्या आठ पायांपैकी तोंडाजवळील दोन पायांचे रूपांतर नांग्यांमध्ये झालेले असते. त्याच्या शरीराचा रंग लालसर असून, त्यावर पिवळे, काळे, हिरवे गोलाकार ठिपके असतात. नांगी आणि पायाच्या टोकाला असलेल्या वक्र नख्या यांच्या साह्याने ते नारळाच्या झाडाच्या शेंड्यापर्यंत बिनधास्तपणे पोहोचतात. नारळाच्या देठाच्या भागात भोके पाडून आतील खोबरे फस्त करतात! नारळी खेकडे रात्रीच्या अंधारात आक्रमण करतात. खूप नारळांचा विध्वंस करतात. मग शांतपणे खाली उतरून समुद्रात विश्रांतीला जातात. तेथील रहिवासी खेकड्यांची शिकार टोकदार भाल्यांनी करतात. -*-*-*-

१०. बोटावर मावणारा बेडूक

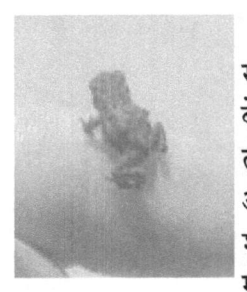

पावसाळ्याच्या मोसमात दलदलीच्या प्रदेशात सर्वसाधारणत: लहान बेडूक सहजपणे आढळून येतात. बेडकाच्या जीवनक्रमातील शेवटच्या तीन अवस्थांमध्ये त्याचा आकार लहान असतो. त्यानंतर त्याची शेपूट आखूड होत जाऊन नष्ट होते. त्या अवस्थेत त्याच्या शरीरातील सर्व भागांची वाढ झालेली असते. त्यानंतर मात्र त्याच्या शरीराचा आकार वाढू लागतो. पूर्ण वाढ झाली, तरी तीन-चार ग्रॅमपेक्षा जास्त वजन न भरणारा, तीन-चार सेंमी. लांबीचा अन् अक्षरशः बोटाच्या टोकावर मावणारा बेडूक प्राणिशास्त्रज्ञांनी क्यूबा बेटाच्या चिचिलिस डेलतोआ जंगलाच्या भागातून शोधून काढला आहे. पृथ्वीवरील अत्यंत लहान आकाराच्या प्राण्यांत त्याचा समावेश झालेला आहे. याचा रंग गडद काळा असून, डोक्यापासून पाठीच्या शेवटच्या भागापर्यंत दोन स्पष्ट पिवळ्या रेषा असतात. 'इलियुथेरॉस लिंबाटस' असे शास्त्रीय नाव असणारा हा छोटेखानी बेडूक हॅवाना विद्यापीठातील प्राणि-संशोधक स्टिव्ह वॅटर यांनी २००२ मध्ये शोधून काढला. हा बेडूक क्यूबातील जंगली प्रदेशात असलेल्या दलदलीच्या भागांतील झाडांवर वास्तव्य करतो. बसल्या जागी जीभ तोंडाबाहेर काढून किडे, अळ्या यांना पकडून खातो. क्वचित प्रसंगी दलदलीच्या जमिनीवर वावरणाऱ्या अळ्या, पाणकिडे यांचे भक्षण करतो.

महत्प्रयासाने या बेडकाच्या तीन जोड्या प्राणिसंशोधकांनी मिळवल्या. प्रयोगशाळेतील कृत्रिम वातावरणात त्यांचे प्रजोत्पादन होऊ शकते, हे प्रयोगाने सिद्ध करण्यात आले. अशा या वैशिष्ट्यपूर्ण महत्त्वाच्या बेडकाची जात पृथ्वीवरून नष्ट होऊ नये, म्हणून प्राणिसंशोधक प्रयत्नशील आहेत.

-*-*-*-

११. शार्कपासून बचाव करणारे खास चिलखत

सागर आणि त्याचे अंतरंग विलक्षण विविधतापूर्ण आश्चर्याचा खजिना आहे. सागरातील अनेक प्रकारचे मत्स्य रंगीबेरंगी जलजीव, विविध प्रकारच्या जलवनस्पती यांचा शोध घेण्यासाठी शास्त्रज्ञ सदैव कार्यरत असतात. सागराचे अंतरंगाची माहिती घेण्यासाठी पाणबुडीतून वेगवेगळ्या उपक्रमांची संशोधन मोहिम आखण्यात येते. पॅसिफिक, ॲटलांटिक महासागरांचे अंतरंगात तीन-चार किलोमीटर्स खोलवर जाऊन पाणबुडीतून बाहेर पडून सर्चलाईटच्या मदतीने शास्त्रज्ञांनी प्रचंड संशोधन केले आहे. काही शास्त्रज्ञांनी तर पॅसिफिक महासागराच्या तळांवर पाण्याचे आत सात किलोमीटर्स अंतर जाऊन पदभ्रमण करीत संशोधन करण्याचा भीमपराक्रम केला आहे.

सागरात संशोधन करताना किंवा सागरात जलक्रीडेचा आनंद लुटताना मोठ्या आकाराच्या मत्स्यांपासून फार धोका असतो. विशेषत: शार्कसारखे मासे

हल्ला चढवून चावा घेऊन प्राणघातक परिस्थिती निर्माण करतात. या कारणास्तव ऑस्ट्रेलियाच्या पूर्व किनाऱ्याजवळ, न्यूझिलंडच्या पश्चिम किनाऱ्यावर अमेरिकेच्या पश्चिम किनाऱ्याचे जवळपास हवाई बेटांचे परिसरात सागरातील धाडसी जलक्रीडेला खूप मर्यादा प्राप्त झाल्या.

सागरात खोलवर जाऊन संशोधन करणाऱ्या अनेक शास्त्रज्ञांना हातापायासारखे अवयव गमवावे लागले. विशेषत: शार्क माशाचे दात करवतीप्रमाणे तीक्ष्ण आणि धारदार असतात. त्याचे जबड्यात जबरदस्त शक्ती असते. भक्ष्याला कचकचून चावा घेताना त्याची प्रहार शक्ती एकवटली जाते आणि क्षणार्धात फन्ना उडतो. 'जॉज' या विख्यात अमेरिकन चित्रपटात शार्क माशाच्या चाव्यांची करामत थरारक पद्धतीने चित्रीत केलेली आहे.

मुक्तपणे सागरात विहार करता यावा आणि शार्क मत्स्याने प्रहार केला तरी बचाव व्हावा, या हेतूने रॉन आणि व्हॅलेरी टायला दाम्पत्याने एक प्रकारचे चिलखत शोधून काढले. या दाम्पत्याला सागराच्या अंतरंगातील छायाचित्रण करण्याचा छंद होता. त्या निमित्ताने विशेष करून पॅसिफिक महासागराच्या वेगवेगळ्या भागात त्यांनी मोहिमा आखल्या होत्या.

१९८० मध्ये संशोधन करीत असताना रॉनच्या पायाचा चावा ब्ल्यू शार्कने घेतला. तेव्हापासून रॉनने सागरी संशोधनात प्रत्यक्ष पाण्यात उतरण्याचे प्रमाण कमी केले. आपल्या पतीच्या आवडीला बाधा येऊ नये म्हणून व्हॅलेरीने आपली मैत्रीण जेरेमी सुलीव्हॉन हिच्या समावेत विचारविनिमय केला.

त्यांनी मॅसाच्यूसेटस् येथील व्हॉलकॉन इंडस्ट्रि समवेत चर्चा करून वजनाला हलका परंतु चिलखताप्रमाणे टिकाऊ असा 'स्विमिंग स्किनी ड्रेस' तयार करण्याची आर्डर दिली. वेगवेगळ्या स्वरूपाची डिझाईन्स तयार करण्यात आली. त्यामध्ये बारीक बारीक रिंग्ज एकमेकात गुंफून साधारणत: बारा ते पंधरा पौंड वजनाचा सूट तयार करण्यात आला. तो सूट तयार करण्यास अर्धा इंच जाडीच्या स्टेनलेस स्टीलच्या सुमारे सव्वालाख रिंग्ज एकमेकात गुंफण्यात आल्या.

नेहमीचा स्विमिंग सूट घातल्यानंतर त्यावरून रिंग्जचा ड्रेस परिधान करण्यात आला. तो ड्रेस आणि स्विमिंग ड्रेस यामध्ये कोणत्याही प्रकारची जागा राहणार नाही याची काळजी घेण्यात आली. त्यानंतर खासगी स्विमिंग पूलमध्ये जय्यत तयारी करून पोहण्याचा सराव करण्यात आला. दोन-तीन तास पाण्यात पोहल्यानंतर असे लक्षात आले की पाण्यामुळे थोडी पोकळी निर्माण होते.

तेवढ्या भागात शार्कचे दात घुसणे शक्य होते.

ही त्रुटी दूर करण्यासाठी व्हिटींग आणि डेव्हिस या कंपनीला पाचारण करण्यात आले. त्यांनी स्विमिंग सूटच्या कापडावर एक प्रकारचा रेक्झिन द्रव्याचा थर पसरला. त्यामुळे स्टीलचे आवरण आणि स्विमिंग सूट यामध्ये अजिबात पोकळी राहाणार नाही, अशी स्थिती निर्माण झाली.

त्या प्रकारचा सर्व जामानिमा करून व्हॅलेरी टायलॉ कॅलिफोर्नियाजवळील सॅन दिआगो भागातील सागरात संशोधनासाठी उतरली. तिने मनगटाच्या भागात स्टीलच्या पत्र्याचे आवरण परिधान केलेले होते. तिने या ड्रेसची चाचणी करण्यासाठी मुद्दाम हातामध्ये मॅकरेल प्रकारचा मोठा मासा धरला. काही वेळाने एक ब्ल्यू शार्क जवळपास वावरू लागला. त्याने वेध धरून मॅकरेलवर झडप घातली आणि कडकडून चावा घेतला. त्याचे दातांची स्टीलच्या आवरणावर कर्कश स्वरूपाचे घर्षण ऐकून त्या संशोधक मोहिमेच्या सदस्यांचे अंगावर काटा उभा राहिला. परंतु व्हॅलेरीला कोणत्याही प्रकारचा दगा झाला नाही.

शार्कने त्या प्रसंगी रागाने तिच्यावर झडप घालून चावे घेण्याचा प्रयत्न केला; पण ती पूर्णपणे बचावली. त्या आवरणाची उपयुक्तता संपूर्णपणे लक्षात आली. त्या आवरणाच्या एकूण पोषाखाची किंमत साडेतीन हजार डॉलर्स इतकी आहे. अनेकांनी त्याचा वापर सुरू केला.

रॉनने तो पोषाख वापरून ऑस्ट्रेलियाच्या परिसरात पोहण्यास सुरुवात केली. दुर्दैवाने १९८८ मध्ये मात्र त्याचे शिरस्त्राण आणि मानेचा भाग यामध्ये राहिलेल्या भागात चावा घेतल्याने त्याचा मृत्यू ओढविला. परंतु त्यामध्ये त्या ड्रेसची कोणतीही कमतरता नव्हती.

-*-*-*-

१२. नैसर्गिक पाणतीर

सागराच्या अंतरंगातून संचार करणाऱ्या पाणबुड्यांचा फक्त टार्पेडोच नाश करू शकतात. ध्वनि व प्रकाश यांच्या संयोजनाने ते पाणबुडीचा वेध घेतात. पाणबुडीवर आदळल्यामुळे त्यात ठासून भरलेल्या दारूगोळ्याचा स्फोट होऊन पाणबुडीच्या ठिकऱ्या ठिकऱ्या उडतात. थोडक्यात टार्पेडो म्हणजे तोफेचे गोळेच, फक्त पाण्यातले.

याच धर्तीवर निरनिराळ्या रंगाचे फवारे उडवून. विशिष्ट द्रव पसरवून आठ हातांच्या सहाय्याने अतिशय दिमाखाने वावरणाऱ्या ऑक्टोपस, सेपिया, स्क्विड इत्यादी प्राण्यांच्या जीवनक्रमाची माहिती अगदी टार्पेडोप्रमाणेच आहे. म्हणूनच त्यांना 'नैसर्गिक पाणतीर' या नावाने ओळखले जाते.

हे मासे साधारणत: ३ ते ३॥ फूट लांब असून त्याचे सर्व शरीर चिवट अशा कातडीने झाकलेले असते. शरीराचे साधारणत: तीन भाग पाडता येतील १. धड- यात प्रमुख इंद्रिये असून त्यातच शोषून घेतलेल्या प्राण्यांचे पचन होते. २. वरील भाग डोक्याचा असून त्यात तोंड व डोळे असतात. ३. यात लांब लांब असे आठ हात (Tentacles) असतात.

या हातांमध्ये खाद्य पकडण्याची, त्यांना शोषून मारण्याची, रंगीत द्रव बाहेर फेकण्याची पिशवी असते. शरीर लांबट असून पुढील बाजूने घेतलेले पाणी मागील बाजूने बाहेर फेकण्यासाठी झडप असते. त्यामुळे त्याला वेगाने पोहता येते व दिशा बदलावयाची असल्यास फक्त पाणी आतबाहेर टाकण्याचे तंत्र बदलावयाचे एवढेच काम करतात.

याच्या जीवनमानाप्रमाणेच पुनरुत्पादनाची पद्धत वैचित्र्यपूर्ण आहे. नर व मादी यांचा अष्टपाद एकत्र जुळवून संयोग होतो. नराच्या शरीरातील शुक्रजंतु मादीच्या तोंडाखालील पिशवीत विसावतात. मादी सागराच्या तळाशी सुमारे १००-२०० पर्यंत अंडी घालते. नंतर काही दिवसांनी अंडी उबून त्यातून छोटी छोटी आक्टोपसची पिले जन्माला येतात.

हा प्राणी Translucent mollusca या वर्गात मोडतो. त्यांना दोन डोळे असतात. त्यातील एक दुसऱ्यापेक्षा आकाराने लहान असतो. समुद्रात खोलवर अंधार असतो त्या वेळी मोठा डोळा उपयोगी पडतो. समुद्राच्या पृष्ठभागाशी प्रकाश भरपूर असल्यामुळे लहान डोळा काम देतो. काही जातीच्या माशांच्या कातडीवर प्रकाशणारे जिवाणू (bacteria)वास्तव्य करून असतात. यामुळे प्रकाशाच्या निरनिराळ्या थरात या माशांची कातडी कधी चकाकणाऱ्या स्फटिकासारखी तर कधी कधी रंगीबेरंगी लखलखणाऱ्या मण्यांच्या झुंबरासारखी दिसते.

स्किवडच्या डोळ्यातील १ चौ. मि. मि. भागात एकाच वेळी १,००,००० संवेदना नोंदविल्या जातात, असे प्रयोगात आढळून आले आहे.

आता शरीरातील रंगफेकीचे कार्य कसे चालते ते पाहू या. व्हेल, पॉरपाईज, शार्क यासारखे प्रचंड मासे याचे मुख्य शत्रू होत. यातील एखादा मोठा मासा पाठलाग करतो आहे असे दिसताच मेंदू पासून Tentacles मधील स्नायूंना आज्ञा मिळते व तेथील ग्रंथीमधून निरनिराळे स्त्राव पाझरू लागतात. यांच्या बुंध्याशी असलेल्या Cromatophore पिशवीत हा द्रव साचतो. पिशवी द्रवाने भरल्याबरोबर स्नायूंच्या आकुंचनामुळे द्रवाचा फवारा बाहेर टाकला जातो. या फवाऱ्यामुळे त्याच्या आजूबाजूच्या तीन गॅलन इतक्या पाण्याचा रंग बदलून

जातो. पाण्यातील किती खोलीवर जास्तीत जास्त संरक्षण मिळेल याचे उत्कृष्ट ज्ञान या प्राण्यांना असते. निळा, पिवळा, लालसर, हिरवा इत्यादी रंगाचे फवारे उडवितात. हे फवारे उडविताच पाठलाग करणारा शत्रू गोंधळात पडतो व त्यातील क्षारामुळे त्याचे डोळे चुरचुरतात. अशा गोंधळलेल्या शत्रूला आजूबाजूच्या प्रदेशाचे नीट आकलन होत नाही. याचवेळी अजून एक गडद फवारा मारून शत्रू संपूर्ण गारद करण्याची संधी साधून या पाणतीरांना पलायन करता येते. एखाद वेळी शत्रू बेजार होऊन बेशुद्ध पडतो.

-*-*-*-

१३. रंग बदलणारा कट्लफिश

सरासरीने दोन अडीच फुटांची लांबी, मुख्य शरीर नारळाच्या खोडाप्रमाणे, पुढील भागात उघडमीट करू शकणाऱ्या पाकळ्यांप्रमाणे जाडसर त्वचेच्या झावळ्या शरीराच्या मध्यभागी भीतीदायक टपोरे दोन डोळे अशा स्वरूपाचा कट्लफिश दक्षिण ऑस्ट्रेलियाच्या किनारी प्रदेशांत मुक्तपणे संचार करताना प्राणीसंशोधकांना आढळून येतो.

सागराच्या अंतरंगात संथपणे पोहताना त्याच्या तोंडांकडील पाकळ्या एकदम पसरतात. तोडांची पोकळी विस्तृत होते आणि आठ ते दहा इंच लांबीचा मासा, जलचर गिळंकृत केला जातो.

सिफॅलोपोडा या वर्गातील पाठीचा कणा नसलेल्या प्राणीजातीमधील कॅट्लफिशचे शास्त्रीय नाव आहे 'सेपिया अपामा' याचा समावेश मोलुस्का या उपवर्गात केला जातो कारण त्याचे मुख्य शरीर मृदुकाय असते. परंतु शरीराच्या

अंतर्गत भागात कट्‌लबोन नावाचे कठीण कवच असते.

कट्‌लबोन हाडांइतकेच घन स्वरूपाचे असल्याने त्याच स्वरूपाचे कार्य करीत असल्याने कट्‌लफिशचा समावेश अस्थी वर्गीय प्राण्यात करावा असे मतप्रदर्शन काही प्राणीशास्त्रज्ञ करतात, याच प्राणिवर्गात स्किड, आक्टोपस (अष्टपाद) याही जलचराचा समावेश केला जातो.

दिसायला भयानक स्वरूपाचा असला तरी त्याच्या एकदंरीत हालचाली आणि प्रतिक्रया अत्यंत समंजस स्वरूपाच्या असतात आणि तो शास्त्रीय संशोधनास चांगला प्रतिसाद देतो असा निर्वाळा प्रा. फ्रेड बेव्हनडॅम यांनी दिलेला आहे. बेव्हनडॅम हे मेलबोर्न विद्यापीठातील संशोधक असून, त्यांनी आपल्या सहकार्यांसमवेत कट्‌लफिश संदर्भात सागरी संशोधन केले आहे. किंबहूना, पाणबुड्याचा वेश परिधान करून, ऑक्सिजनची नळकांडी पाठीवर बांधून सागराचे अंतरंगात वावरताना कट्‌लफिश मुद्यामपणे जवळपास वावरतो, मनोरंजनात्मक खेळकर हालचालीसुद्धा करतो असे निरिक्षण त्यांनी नोदवले आहे. आश्चर्य म्हणजे त्याचेपेक्षा एखादा बलवान जलचर त्याचेवर हल्ला करू लागला तर तोडाकडील पाकळ्या मिटून घेऊन एकदम लालभडक, पिवळट अथवा निळ्यागर्द स्वरूपाची कातडी क्षणार्धात तयार होते. तो रंग बदल त्याच्या शरीररचनेच्या भयानकतेमध्ये भर घालतो आणि हल्ला चढविणारा जलचर पळ काढतो, असे निरिक्षणही डॉ. बेव्हनडॅम यांनी नोंदविले आहे.

आश्चर्य म्हणजे संशोधकांच्या पाठीवरील ऑक्सिजन सिलींडर्सचा रंग गर्द पिवळा, गर्द लाल, गर्द हिरवा असल्यास त्याच्या जवळपास वावरणारा कट्‌लफिश, त्याप्रमाणे त्वचेचा रंगबदल करतो असे निरिक्षण संशोधकांना करता आले. विशेषकरून सागराच्या अंतरंगातील प्रवाळाच्या वसाहती, पाणवनस्पतींचे पुंजके यातून हालचाली करताना त्यांचे कौशल्य आणि परिसरांप्रमाणे कातडीचा रंग बदलून संरक्षण मिळवणे अथवा भक्ष्य पकडणे अत्यंत बेमालूमपणे, हुशारीने केले जाते. हे निरिक्षण अनेक प्रयोगाद्वारे त्यांनी सिद्ध केले आहे. जलचर प्राणीवर्गातील तो एक अत्यंत बुद्धिमान प्राणी आहे. असा निष्कर्षही त्यांनी काढला आहे.

कट्‌लफिशच्या मुखाजवळ साधारणत:आठ दहा इंच लांबीच्या, दोन अडीच इंच रूंदीच्या आठ पाकळ्या असतात. मानेच्या मागच्या भागात पसरट आकाराची दोन, वल्ह्यांप्रमाणे कार्य करू शकणाऱ्या कातडीचे भाग असतात. त्याच्यामार्फत तो पाण्यात सफाईदारपणे हालचाली करू शकतो.

पाण्याच्या पृष्ठभागावर संथपणे पोहताना भक्ष्य पकडण्यासाठी तो एखाद्या रॉकेटप्रमाणे सूर मारतो. ते दृश्य अत्यंत विलोभनीय दिसते. अशावेळी सर्व पाकळ्या एकदम मिटून तो पाण्यात सूर मारतो. शक्ती एकटवतो आणि बाजूच्या वल्ह्यांची हालचाल करून पाणी कापत सहजपणे पंचवीस तीस फुटाचे अंतर क्षणार्धात पार करतो.

कट्लफिशवर संपूर्ण संशोधन करण्यासाठी ॲडिलेड विद्यापीठाच्या परिसरात सागरासारखे वातावरण निर्माण करून त्यात कट्लफिश ठेवण्यात आले. त्यामुळे त्यांच्या हालचाली, शरीराची ठेवण, पुनरूत्पादन इत्यादी क्रियांची माहिती मिळू शकली. त्यानुसार, त्यांच्या त्वचेच्या आतील भागात' क्रोमेटो फोअर्स' नावाच्या लहान पिशव्या असतात. त्या पिशव्यांमध्ये (पोकळ्यामध्ये) ग्रंथीमार्फत एक प्रकारचा चिवट द्राव तत्काळ निर्माण केला जातो. त्या द्रावाचा थर त्वचेच्या वरील भागात पसरतो व त्यामुळे त्वचेला भडक, पिवळा, काळा अथवा चॉकलेटी रंग प्राप्त होतो. असे निश्चित झाले आहे.

सागरी खेकडे, ऑक्टोपस, भक्ष्य म्हणून पकडण्याचे वेळी त्यांच्या हालचाली अत्यंत काळजीपूर्वक केल्या जातात. प्रथम तो भक्ष्यापासून ठराविक अंतरावर संथ पडून राहतो. त्यानंतर डोळे जास्त फुगीर करून त्या भक्ष्याच्या हालचाली, अंतर यांचा अचूक अंदाज घेतो. दोन पाकळ्या संथ गतीने ताठ करतो आणि वेगाने भक्ष्याचा ताबा घेतो. भक्ष्याला घट्ट धरल्यानंतर इतर पाकळ्याच्या मार्फत त्यांच्या शरीराचे तुकडे करून त्याला जायबंदी करतो व तुकडे तोंडातून आत खेचून घेण्यास सुरूवात करतो. या सर्व हालचाली तीन चार सेंकदात पार पडल्या जातात.

कट्लफिशचे आयुष्यमान साधारणत: तीन वर्षाचे असते. पुनरुत्पादन काळात तो मादीच्या जवळपास वावरतो. दुसरा नर आल्यास त्याला हुसकावून लावतो. मादी एकावेळेस सुमारे दीडहजार अंडी घालते. त्यापैकी निम्मी फलीत अंडी वेगवेगळ्या कारणांनी नष्ट होतात. सर्वसाधारणपणे मिलन झाल्यांनतर दोन तीन आठवड्यात नराचा मृत्यू का होतो याला मात्र शास्त्रज्ञ समाधानकारक उत्तर मिळवू शकलेले नाहीत. अर्थात सागरी संशोधन करणाऱ्या संशोधकांना, पाणबुड्यांच्या वेशात असताना सर्वतोपरी सहकार्य करणारा कट्लफिश जास्त जवळचा वाटतो.

-*-*-*-

१४. वजनदार मासे

पॅसिफिक, अॅटलांटिक, हिंदी महासागर, आर्टिक, महासागराचा समावेश खारट पाण्याच्या प्रकारात होतो. नाईल, गंगा, मिसिसिपी, अॅमॅझॉन, यांगत्से, ब्रम्हपुत्र, डॅन्युब ,यमुना, व्होल्गा, थेम्स इत्यादी नद्यांचा समावेश गोड्या पाण्याच्या प्रकारात होतो.

खारट आणि गोड या दोन्ही माध्यमांतील मासे जगातील अनेक व्यक्तींचे खाद्य आहे. मासेमारी हा व्यवसाय अतिशय पुरातन असून, त्यावर कोट्यवधी लोकांचे जीवन अवलंबून असते. माशांचे हजारो उपप्रकार असून, त्यांची लांबी एक दीड सेंटीमीटरपासून साठ सत्तर फुटापर्यंत असते. वेस्ट इंडीज बेटांच्या परिसरातील कॅरेबिअन सागरकाठी वजनदार मासे सापडतात. ख्रिसमसच्या निमित्ताने 'मासे आणि मनुष्य' यांची आगळी वेगळी स्पर्धा आयोजित करतात. जास्तीत जास्त वजनाचा मासा डोक्यावर घ्यायचा आणि शक्यतो हाताचा आधार न घेता ठराविक अंतर चालत जायचे. सुमारे पन्नास ते शंभर मीटर एवढे अंतर मासा डोक्यावरून न पडता पार केल्यास बक्षीस मिळते. अशा वजनदार माशांना डोक्यावर घेऊन धावण्याच्या शर्यतीही तेथे घेतल्या जातात.

-*-*-*-

१५. अष्टपाद : एक वैचित्र्यपूर्ण सागरी प्राणी

प्लॅस्टिकच्या पिशवीप्रमाणे मध्यभागी कांहीसा भाग फुगीर असून त्यापासून अक्राळ-विक्राळ स्वरूपाचे, काळसर त्वचेचे आठ पाय (बाहू) सर्व दिशांनी हेलावत असतात. बाहू जेथून सुरू होतात. त्याचे जवळच एखाद्या दगडी मूर्तीत असणाऱ्या टपोऱ्या डोळ्यांप्रमाणे, याला डोळे असून सागराच्या मध्यथरांतून मंदगतीने हालचाल करणारा आक्टोपस दिसतो तितका भयानक नाही.

बाहूंच्या खालच्या भागात कॉर्बोनेटच्या पसरट, दातांप्रमाणे असणाऱ्या थरांच्या दोन ओळी दिसतात या दातामध्ये विष नाही किंवा अणकुचीदारपणा नाही. तरीसुद्धा आपले भक्ष्य भक्कमपणे धरण्यास याची मदत होते. दक्षिण अमेरिकेच्या पनामा कालव्याजवळील प्रदेश, पश्चिम आफ्रिकेचा किनारा, न्यू फाऊंडलॅड व ऑस्ट्रेलियाच्या पूर्व किनाऱ्याजवळील सागरात आक्टोपसचे अनेकविध प्रकार आढळतात. त्यांच्या वजनात पाचशे ग्रॅमपासून डोफलिनी आक्टोपस या सत्तर पौंडी वजनदार आक्टोपसची विविधता आढळते.

पाण्यात संथगतीने हेलावताना लहान मासे, झिंगा, खेकडा असे त्यांचे

सावज टप्प्यात येताच अष्टपादांनी त्याला करकचुन टाकण्यांत येते. गुदमरून गेल्यानंतर त्याची रवानगी तोंडाकडे करण्यात येते. एकावेळी आठ-दहा लहान-लहान प्राणी पोटांत सामावल्यानंतर आक्टोपस शांत बसून अन्नपचन करतो.

ईल नावाचा धडाकेबाज मासा हा आक्टोपसचा खरा शत्रू आहे. या माशांचे खवले आणि धारदार दात यामुळे तो आक्टोपसच्या तोंडात एकदम मुसंडी मारतो व त्याचे बाहू तोडण्यास सुरवात करतो. प्राणरक्षणासाठी त्याने केलेली झटापट केवळ रंगीत, सिनेमासारखी भासते. त्वचेतील 'क्रोमॅटो फीअर' नावाच्या भागामुळे त्याचा रंग लालसर, चॉकलेटी, निळसर क्षणार्धात बनतो. कांही क्षणातच गर्द निळसर, काळसर शाईचा फवारा पसरविला जातो. यामुळे आजूबाजूचे पाणी त्रासदायक होऊन प्रतिस्पर्धी माघार घेतो. इतकेही करून शत्रूने पिच्छा सोडला नाही तर आक्टोपस तोंडावाटे जाळीदार चिवट द्रावाचा मोठा पुंजका बाहेर टाकतो. हा एक वेगळाच प्राणी तयार झाला, असं समजून शत्रू माघार घेतो. कांही वेळेस आक्टोपसचा एखादा बाहू मारामारीत तुटतो व त्याच स्थितीचा आधार घेऊन आक्टोपास तेथून पळ काढतो! तुटलेला बाहु काही काळानंतर पूर्ववत होतो!

आक्टोपसची मज्जासंस्था खूपच सुधारलेली आहे, असे प्रयोगशाळेतील प्रयोगावरुन आढळते. काचेच्या बरण्यांमध्ये, फिशपॉंडमध्ये याला कोंडून ठेवल्यास बाहेर पडण्यासाठी तो सतत शोध घेत असतो. थोडीशी फट आढळल्यास आपले शरीर अक्षरश: चोरून, चेमटवून त्यातून तो निघून जातो. शरीरांत एकहि अस्थि नसल्याने, सर्व स्नायू आकुंचित होत असल्याने ही पळवाट त्याला शक्य होते. काचेच्या बरणीला बूच लावून ठेवलेले असल्यास बरोबर तेवढेच बूच शक्ति एकवटून ढकलून देऊन त्यातून सुटका करून घेतल्याचे शास्त्रज्ञांना आढळून आले. ठराविक खाद्य, वेळेवर न दिल्यास, प्रयोगशाळेत जास्त गोंधळ केल्यास, प्रकाशाची तीव्रता नेहमीपेक्षा कमी-जास्त केल्यास, अनोळखी व्यक्तीने हाताळल्यास आक्टोपस निरनिराळ्या प्रकारे आपली नाखूषी व्यक्त करतो, असे लक्षात आले आहे. विचार, आचार, प्रतिक्रिया या त्याच्या सर्व हालचाली त्याच्या बऱ्यापैकी कार्यक्षम मज्जासंस्थेवर अवलंबून आहेत, असे आढळते. डॉलफिन या जलचराशिवाय इतर कोणाचीहि मज्जासंस्था आक्टोपसपेक्षा सुधारित नाही, असे शास्त्रज्ञाचे निश्चित मत आहे.

आक्टोपस या जातीतील काहींचे महाकाय असेच वर्णन करता येईल. यापैकी एका आक्टोपसच्या बाहूची लांबी २८ फूट एवढी होती, तर वजन

दीडशे पौंड होते. अलीकडच्या संशोधनानुसार ऑस्ट्रेलियाच्या पूर्व किनाऱ्यावरील ब्ल्यूरिंग्ड आक्टोपस हे विषारी असून त्यांच्या डंखाने मृत्यू ओढवू शकतो. असे प्रकार आढळून आले आहेत. या आक्टोपसच्या बाहुच्या आतील बाजूस विशिष्ट ग्रंथी असून, त्यावर हल्ला झाल्यावर, अपघाताचा संभव असल्यास ग्रंथीतून विष पाझरू लागते.

यांच्या पुनरुत्पादनाचा प्रकारहि वैशिष्ट्यपूर्ण आहे. नरमादीचे मीलन झाल्यानंतर फलित अंडी मादीच्या शरीरात राहतात व तेथे प्लॅस्टिकसारखी बॅग तयार होते. ही अंडी द्राक्षांच्या घडाप्रमाणे दिसतात. ठराविक काळानंतर लहान पिल्ले बाहेर पडतात आणि त्यांची पूर्ण वाढ होईपर्यंत नर किंवा मादी तेथे ठाण मांडून रक्षण करीत असतात. एका वेळेस सुमारे पंधरा ते वीस पिल्लांना जन्म दिला जातो.

आक्टोपासचे मांस रुचकर, जीवनसत्त्व युक्त असल्याने अनेक युरोपीय देशांमध्ये याचा वापर चवदार पदार्थ तयार करण्यात केला जातो. आक्टोपसची संग्रहालयांत वाढ करण्याचे अनेक प्रयोग अयशस्वी ठरले आहेत. कांही काळानंतर आक्टोपसला कृत्रिम वातावरणाचा कंटाळा येतो व काचेवर आपटून घेऊन, रक्तबंबाळ होऊन तो प्राण सोडतो असे दिसून आले.

मज्जा व प्रतिमासंस्था (डोळा) याशिवाय इतर संस्था अविकसित असताना सुद्धा सागरामधील धुमाकुळीत आक्टोपस स्वतंत्र अस्तित्व टिकवू शकतो याचे शास्त्रज्ञांना आश्चर्य वाटते.

-*-*-*-

१६. दंश करणारा जलचर : स्टिंग रे

शरीरात अस्थी नाहीत; परंतु जाड, मजबूत कास्थींमार्फत तयार झालेले पसरट शरीर, पखालीप्रमाणे शरीराच्या दोहो बाजूंस असणारे जाड पर; अगदी बटाट्याप्रमाणे, भयानक भासणारे डोळे, जाडसर दोन-तीन फुटांची शेपटी, असे काहीसे विचित्र, भयावह आणि थरारक जलचराचे दर्शन ठरावीक महासागरांच्या तळाशी होते. असा भयावह, वैचित्र्यपूर्ण स्वरूपाचा स्टिंग रे केवळ विलक्षण नाही तर जबरदस्त दंश करू शकणारा आहे. शेपटीच्या मध्यभागात जाड दाभणीसारखा असणारा अवयव एका फटकाऱ्याने जखम करू शकतो, रक्त काढतो, चक्कर येते आणि उलट्याही होऊ शकतात.

वेस्ट इंडिज बेटाजवळील कायमन भागात अॅटलांटिक महासागराचे पाणी अतिशय स्वच्छ, नितळ आणि पारदर्शक असते. काही संशोधकांनी पाणबुड्यांचा पोशाख करून पाण्यातील छायाचित्रण करता येईल असे कॅमेरे वापरून पाण्यातील 'स्टिंग रे' मत्स्यांचे छायाचित्रण केले. पक्षी आणि मत्स्य यांच्या मिश्रणांप्रमाणे त्यांच्या शरीराचा आकार असतो.

पाणबुडे पोहताना स्टिंग रे त्यांच्या जवळपास साशंकतेने वावरतात. पोहताना एकदम काटकोनात वरच्या दिशेने वळून दिशा बदलण्याचे त्याचे तंत्र भयानकतेमध्ये भर घालते. शरीराच्या वरील बाजूस दोन मोठे डोळे असतात. त्यामार्फत साधारणत: वीस-पंचवीस फुटांपर्यंतचे दृश्य त्यांना दिसू शकते. पोहताना लहान मासे, तारकामत्स्य, प्रवाळ भक्ष्य म्हणून वेध घेतला जातो; परंतु त्यांचे धारदार दात असलेले तोंड डोळ्यांच्याविरूद्ध बाजूला असते. त्यामुळे भक्ष्य पकडताना काही वेळा नेम चुकतो. भक्ष्याचा चावा घेणे बऱ्याच वेळा अयशस्वी ठरते.

अशा वेळी भक्ष्याच्या जवळपास जाऊन पाण्यात एकदम स्थिर होऊन शेपटी कमानदार पद्धतीने वाकवून झटका देण्याची कृती त्याच्याकडून क्षणार्धात केली जाते. शेपटीच्या एका बाजूला साधारणत: चार-पाच इंच लांबीचा टोकदार स्नायूंचा भाग असतो. त्याच्यामार्फत जखम होऊ शकते.

स्टिंग रेज साधारणत: सात-आठच्या संख्येने वावरत असतात. संथ गतीने एकाच दिशेने पोहताना लहान विमानांच्या थव्याप्रमाणे दृश्य सुंदर दिसते. लहान पिलांना मध्यभागात घेऊन संरक्षण देऊन पोहण्याचे पद्धतशीर शिक्षणही तेथे दिले जाते.

स्टिंग रेचे वजन सहज चाळीस किलोपर्यंत असून त्याच्या जाड परांच्या टोकांची लांबी ३ ते ४ फुटांपर्यंत असते. तोंडापासून शेपटापर्यंत सहा-सात फुटांची लांबी भरते. स्टिंग रेची खाद्यपदार्थ म्हणून जास्त प्रमाणात शिकार केली जात नाही. मत्स्यालयात स्टिंग रे वाढविणे फार जोखमीचे ठरते. कारण त्यांना हालचाल करण्यास भरपूर जागा लागते. बऱ्याच वेळा बाजूच्या भागावर आदळून ते जखमी होतात. स्टिंग रे मध्ये खास करून महासागरातील जलचरांमधील रौद्र सौंदर्य मात्र आहे.

-*-*-*-

१७. तरंगणारे, सूर मारणारे प्राणी

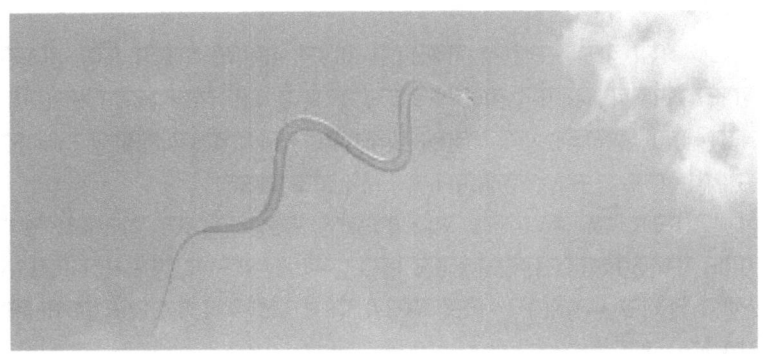

जीवसृष्टीतील इतर प्राण्यांपेक्षा मानवाची बुद्धिमत्ता उत्कृष्ट दर्जाची असल्याने तो उच्चस्तरीय प्राणी म्हणून ओळखला जातो. मनुष्य प्राण्यामध्ये एक मोठी कमतरता आहे व ती म्हणजे असंख्य पक्षी, वानरे, जलचर यांच्यासारखा तो आकाशात, विहार करू शकत नाही. त्याच्या शरीराचा आकार, वजन अशा स्वरूपाचे आहे की, त्याला त्याचे शरीर दोन पायांवर तोलता येते, हालचाल करता येते परंतु, जमिनीला समांतर हालचाली करता येत नाहीत.

मध्यभागी फुगीर व दोन्ही बाजूकडे निमुळता आकार आणि फुफ्फुसाच्या भागांत हवेच्या पिशव्या (वायुकोश) असल्याने वजन हलके होऊन पक्ष्यांना हवेत तरंगता येते. तरंगणे, हवेत उड्डाण करणे हे वरदान सर्व प्रकारच्या, आकाराच्या पक्ष्यांना लाभले आहे. पण अशा प्रकारची शरीररचना नसतानाही काही प्राणी तरंगतात यावर प्राणी संशोधकांनी सखोल संशोधन केले आहे.

बोर्निओ, इंडोनेशिया, सारावाक, मलेशिया या भागात भरपूर पावसामुळे घनदाट जंगले निर्माण झालेली आहेत. या जंगलांमुळे जमिनीवर सूर्यप्रकाशही पोहोचू शकत नाही. त्या प्रदेशांत अशा प्रकारची प्राणीसृष्टी आहे की, त्यांना जमिनीवर तीस-चाळीस फूट उंचीवर हालचाल करणे सोपे जाते. त्याच भागात

त्यांना अन्न, निवारा मिळू शकतो.

या प्राण्यांना पक्ष्यांप्रमाणे पंख नसतात किंवा वटवाघुळाप्रमाणे शरीराच्या काही अवयवांचे रूपांतरही झालेले नसते. परंतु, शरीराची लांबट, पसरट ठेवण आणि मागील भागांकडून रेटा देऊन शरीर झोकून देण्याची क्रिया यामुळे ते शरीर हवेत तरंगत ठेवू शकतात. प्रा. टीम लामन हा तज्ज्ञ प्राणी संशोधक आणि नामवंत छायाचित्रकारानी इंडोनेशियाच्या प्रदेशांत दोन वर्षे वास्तव्य करून त्या आगळ्यावेगळ्या प्राण्यांचे छायाचित्रण केले आहे.

क्रायसोपिली पाराडिसी असे शास्त्रीय नाव असलेला हिरवा वृक्ष सर्प सरासरीने साडे-तीन फूट लांबीचा असून, रूंदीला तीन-चार इंच असतो. वृक्षाच्या बुंध्यावरून वेटोळे घेत तो उंचावर जातो. दबा धरून बसतो. त्याचे टप्प्यात एखादा लहान पक्षी, सरडा वगैरे प्राणी येताच झेपावतो. ते दृश्य एखादी लाबंट हिरवीगार रिबन हवेत तरंगत जावी त्याप्रमाणे दिसते.

जेको किंवा टायचोझून कुडली हे शास्त्रीय नाव असणारा सरडा साधारणतः पाच ते सहा इंच लांबीचा असतो. त्यामुळे वृक्षाच्या खोडावर तो दबा धरून बसल्यास दिसत नाही. फुलपाखरू, मोठा कीटक टप्प्यात येताच चारही पाय आणि शेपूट पसरवून तो दहा-पंधरा फूट सहजपणे झेपावतो. त्याच्या पायाचे पंजे चिकट द्रावाने माखलेले असतात. त्यामुळे तो वृक्षाच्या खोडावर एकदम

चिकटून राहू शकतो.

इकोफेरस पार्डालीस नावाचा बेडूक वृक्षांवर बिनधास्तपणे हालचाल करतो. त्याचे पायाची बोटे त्वचेनी जोडलेली असतात, त्वचेवर एक प्रकारचा चिवट द्राव असतो. वृक्षावरून तो चारही पाय पसरवून पक्ष्याप्रमाणे तरंगत जातो. काही वेळेस हवेतच दिशा बदल करण्याचे कौशल्य त्याला प्राप्त झालेले आहे. इकोफोरस निग्रोपालमाटस नावाचे बेडूक आजन्म वृक्षावर वास्तव्य करतात. फक्त अंडी घालण्याच्या मोसमात मादी फांदीवरून पाण्यात सूर मारते. फलीत झालेली अंडी पाण्यात सोडून नवीन पिलांना जन्म दिला जातो.

ड्रॅको कॉरनूटस आणि ड्रॅको व्होलान्स हे दोन प्रकारचे सरडे हवेत उत्कृष्टपणे तरंगू शकतात. ड्रॅको कॉयनटसच्या एका बाजूकडील दोन पायांमधील त्वचा संपूर्णपणे जोडलेली असते. त्यामुळे एक पडदा तयार होतो. पायाच्या बोटांखाली चिकट द्राव असतो. यामुळे त्याला तोल सांभाळता येतो आणि हवेतून तरंगत तरंगत दहा पंधरा फूट अंतर ओलांडता येते. तरंगत जात असताना हवेतील कीटक पकडण्याचे कौशल्य त्याला लाभलेले आहे. ड्रॅको व्होलान्स या सरड्याचे गळ्याखालील त्वचा सैल असते. त्यात हवा भरून तो गळ्याच्या बाजूस फुगा तयार करू शकतो. विचित्र आकारामुळे शत्रू पळून जातात आणि हवेत उड्डाण करताना, तरंगताना कीटक भक्षण करणे सहज शक्य होते.

गॅलिओप्टेरीस व्हरीओगॅटस हा प्राणी वटवाघुळाप्रमाणे दिसतो. परंतु, तो वजनाने, आकाराने माकडसदृश्य प्राण्याप्रमाणे असतो. त्याचे चारही पाय सैल त्वचेने जोडलेले असतात. त्याला सहजपणे पन्नास ते साठ फूट लांबपर्यंत अंतर तरंगत जाता येते. चारही पाय पसरवून पतंगाप्रमाणे तरंगणे त्याला सहजपणे जमते. रात्रीच्या अंधारात त्याची दृष्टी तीक्ष्ण असल्यामुळे लिलया उड्डाण करणे त्याला जमते. अंधारात सैरभर झालेले कीटक, छोटे प्राणी तो हवेतल्या हवेत पकडू शकतो.

या सर्व वैशिष्ठ्यपूर्ण प्राण्यांवर संशोधन झालेले आहे. परंतु, विविध कारणांनी जंगलांचा नाश होत असल्याने आणि उंच वृक्षांची तोड होत राहिल्याने त्यांचे जीवन धोक्यात आले आहे. त्यांना संरक्षण मिळण्यासाठी जंगलांचे रक्षण करण्याचे कडक कायदे इंडोनेशियन सरकारने १९८० मध्ये पास करून घेतले आहेत.

-*-*-*-

१८. दलदलीच्या प्रदेशांत कलात्मक पद्धतीने राहणारा विक्षिप्त प्लॅटिपस

सुमारे दोन अडीच फूट लांब, तोंडाच्या पुढील भागातील पसरट चोच, पाठीकडील कातडीचा रंग काळा, तर पोटाकडील कातडी पिवळट, पांढरट रंगाची, चोचीकडील भाग ज्याप्रमाणे पसरट त्याचप्रमाणे आकार असणारा, किंचित मोठा शेपटीचा पसरट भाग पाण्याच्या आतून सहजपणे पोहण्यासाठी उपयोगी ठरतो. वल्ह्यांसारखे दिसणारे चार पाय खास वैशिष्ट्य आहे.

वरून पायाचा दिसणारा पसरट भाग सहजसाधा वाटतो, पण पायाच्या टोकांना आतल्या बाजूस वळलेली चार धारदार नखे शत्रूला रक्तबंबाळ करू शकतात. मांडीच्या भागात आतल्या बाजूस हुबेहूब वाघनखाच्या आकाराचे एकमेव नख असते. त्या नखाजवळ विष निर्माण करणारी ग्रंथी असून त्यातून ठराविक काळानंतर विषाचा द्राव स्त्रवतो. त्या टोकदार नखांमार्फत दुसऱ्या जलचरास बधीर करण्यासाठी विषाचा द्राव उपयुक्त ठरतो.

असा हा सरपटणारा प्राणी विक्षिप्त असल्याचे संशोधक एकमुखाने मान्य करतात. त्याचे सर्वमान्य नाव प्लॅटिपस असले तरी 'ओर्निथारॅनक्यूस ॲनटीनस' हे त्याचे शास्त्रीय नाव आहे. प्लॅटिपस अत्यंत सावध प्राणी असून त्याचे सरासरीने आयुष्यमान पाच सहा वर्षाचे असते. त्यापैकी साधारणत: नव्वद टक्के

आयुष्य पाण्याखाली अथवा पाणथळ भागातील बिळांमध्ये व्यतीत होते. केवळ हवेतील प्राणवायू शोषून घेण्यासाठी तो जमिनीवर येतो.

सापडलेल्या जीवश्मांमार्फत प्लॅटिपस पृथ्वीवर सुमारे दहा कोटी वर्षांपूर्वी वावरत होता याचे जिवाश्म उपलब्ध आहेत. त्या कालखंडात पृथ्वीतलावर डायनॉसॉरसारखे महाकाय प्राणी वावरत पृथ्वीच्या वेगवेगळ्या खंडात असणारा प्लॅटिपस आता फक्त ऑस्ट्रेलिया खंडातच का आढळतो. याला उत्तर मिळू शकलेले नाही.

१९५० पर्यंत प्लॅटिपस प्राणी ऑस्ट्रेलियातील पूर्व किनाऱ्यावरील जंगलातील पाणथळ भागात आढळून येत असे. त्यामुळे त्याच्यावर विशेष संशोधन करणे अवघड होऊन बसले. परंतु ऑस्ट्रेलियन विद्यापीठाच्या प्राणीसंशोधक मेलोडी सिरीना, डेव्हीड डाऊलबेट यांनी संशोधनास सुरूवात केल्यानंतर मेलबोर्न शहराच्या पूर्वेकडील सारा नदीच्या परिसरात प्लॅटिपस आढळून आल्याने त्यांचे संशोधनाला विशिष्ठ दिशा मिळाली. तब्बल पाच वर्षे प्लॅटिपस संशोधन करण्यासाठी त्यांना नॅशनल जिओग्राफिक संस्थेकडून अर्थसहाय्य प्राप्त झाले. मेलबोर्न परिसरांतील डॅनडेनाँग मेरी येथील पाणथळ प्रदेशातही प्लॅटिपसचे वास्तव्य त्यांच्या लक्षात आले.

विशिष्ठ आकाराच्या जाळ्यांना, नदीच्या पाण्याच्या आतमध्ये, पंधरा वीस फूट खोल अंतरावर ठराविक पद्धतीने रचून त्यात प्लॅटिपस पकडण्यात प्राध्यापिका मैलोडी यांना यश मिळाले. प्लॅटिपसला बेशुद्धीचे इंजेक्शन देऊन त्याच्या शरीरात मायक्रो चिप्स, सेन्सर्स लावून त्यांच्या हालचालींची नोंद घेता आली. त्यानुसार दिवसभर शांत पडून राहिल्यावर रात्रीच्या अंधारात नदीच्या आतमधून दहा पंधरा फूटांवरून त्यांची हालचाल सुरू होते. पसरट जबडा उघडा ठेवून पाण्यातील लहान सहान अळ्या, झिंगे, जलचर, लहान मासे हे त्यांचे खाद्य सहजपणे पकडता येते. खाद्य तोंडात आल्यानंतर जबडे मिटले जातात. जबड्याच्या बाजूला कंगोरे असतात. त्यातून पाणी गाळले जाते आणि शिल्लक राहिलेल्या खाद्याची भुकटी करण्यास विशेष प्रयास पडत नाही.

याचे वजन साधारणत: तीन ते सहा पौड इतके असते. त्यापैकी एका रात्रीत एक ते दीड पौड वजनाचे खाद्य तो पोटात ढकलतो. रात्रभर पोटात ढकललेले अन्न दिवसभराच्या विश्रांतीनंतर पचून जाते. आणि पुन्हा अन्न शोधण्यासाठी भ्रमंती सुरू होते.

प्लॅटिपसचे वस्तीस्थान हा एक रचनाशिल्पाचा आदर्श नमुना आहे.

नदीच्या काठाच्या भागात सहजपणे दिसणार नाही अशा प्रकारे बिळाचे तोंड असते. बिळाचे मुख बारा ते पंधरा इंच रूंद असते. जमिनीमधून पोखरलेल्या बिळाची लांबी सर्वसाधारणपणे चाळीस ते पन्नास फूट असते. मादी जेव्हा अंडी घालते त्यावेळी बिळाची लांबी शंभर फूटापर्यंत असते. अशा खोलवर असलेल्या बिळात सहसा कोणताच शत्रू शिरू शकत नाही. रात्री बाहेर भ्रमंतीला जाताना बिळाच्या मुखाशी काटक्या, चिखल लिंपून तोंड बंद केले जाते. जणू काही घरातून बाहेर पडताना दार लावून घेण्याची ती सोय असावी.

खाद्य शोधण्याच्या प्रयत्नात काही वेळेस प्लॅटिपस एका रात्रीत दहा ते बारा मैलाचे अंतर पोहून गेल्याचे शास्त्रज्ञांना आढळले. पसरट चोचीच्या वरच्या पृष्ठभागावर दोन छिद्रे सुरूवातीच्या भागात असतात. त्यातून व्यवस्थितपणे श्वसन केले जाते. पोहताना मात्र ती छिद्रे अत्यंत बटबटीत दिसतात व त्यामुळे इतर जलचर त्यांच्यावर आक्रमण करण्यास घाबरतात. कोट्यवधी वर्षापासून पृथ्वीतलावर वावरणारा, विशेषत: दाट जंगलातील नद्यांच्या परिसरात आढळणारा प्लॅटिपस नामशेष होत होत फक्त ऑस्ट्रेलियाच्या पूर्व किनाऱ्यावर सुरक्षित राहतो आणि मेलबोर्नसारख्या आधुनिक शहराजवळील दलदलीच्या भागातही त्याचे वास्तव्य आढळते. या सर्व उत्क्रांती टप्प्याचे प्राणीसंशोधकांना कुतूहल वाटते. विक्षिप्त या एकाच शब्दात वर्णन करता येणारा हा अंडी घालणारा सस्तन प्राणी ऑस्ट्रेलियातील प्राणी संग्रहालयात सुरक्षितपणे वाढविण्यासाठी अतोनात शास्त्रीय प्रयत्न केले जात आहेत.

-*-*-*-

१९. पेंग्विन पक्षी संकटात

पेंग्विन हा अनेकविध वैशिष्ट्यांचा पक्षी आहे. बहुतांशी शरीर पांढऱ्या जाडसर पिसांनी झाकलेले. पंखाचा रंग काळा, तोही जाडसर पिसांनी झाकलेला. चोच आणि पसरट पायांचा रंग पिवळसर. दोन पायांवर ऐंशी-नव्वद किलो वजन सांभाळीत विशिष्ट दुडक्या चालीने चालताना ओव्हरकोट घालून एखादी प्रौढ व्यक्ती डुलत- डुलत चालत आहे, असा भास हमखास होतो.

विशेष करून दक्षिण ध्रुवीय प्रदेश ऑस्ट्रेलिया, न्यूझीलंड यांच्या किनाऱ्याजवळ शीत प्रदेशात आढळणारे पेंग्विन हे संशोधकांचे आदरस्थान आहे. हुबेहूब प्राण्यासारखा दिसणारा, त्याप्रमाणे हालचाली करणारा, उडू न शकणारा; परंतु सफाईदारपणे पोहू शकणारा, एकमेव पक्षी आहे. पेंग्विनच्या जातींमधील 'एम्परर पेंग्विन' अत्यंत देखणा असतो. सागराच्या किनाऱ्याजवळील वाळूत रुबाबदारपणे ये- जा करणे, खडकांवर आरामात पडून उन्हाची मजा घेणे, जरूर भासली की दुडक्या चालीने समुद्रात सूर मारणे आणि यथेच्छ पोहणे

हा त्यांचा दिनक्रम अव्याहतपणे सुरू असतो.

पेंग्विनची अंडी, त्यांचे मांस रुचकर असते. त्यामुळे त्यांना शत्रू खूप आहेत. विशेष करून मच्छीमार, कुत्री, शीत प्रदेशातील लांडगे इत्यादी. वाळूत पुरलेली अंडी शोधून काढून फस्त करण्यात माणसाला लागलेली गोडी केवळ अनाकलनीय आहे. अनेक वर्षे अशा प्रकारे पेंग्विनची झालेली हत्या अर्थातच त्यांची संख्या विनाशाकडे नेण्यास कारणीभूत ठरत आहे. ठिकठिकाणी कडक कायदे केल्याने पेंग्विनच्या हत्येला बराच अटकाव झाला आहे.

दक्षिण गोलार्ध सोडल्यानंतर दक्षिण आफ्रिकेच्या सागरकिनाऱ्यांच्या जवळपास असलेल्या पेंग्विनच्या वसाहतींकडे संशोधकांचे लक्ष गेले, ते काही वर्षांपूर्वीपासून. नामिबियाचा किनारा, रॉबेन आयलंड, दक्षिण आफ्रिकेची किनारपट्टी या भागात वावरणाऱ्या पेंग्विनच्या संख्येवर प्रा. लाईस अंडरहील यांनी सातत्याने शोधमोहीम सुरू ठेवली. त्यांनी २००१ मध्ये पेंग्विनच्या संख्येची नोंद ठेवण्यास सुरुवात केली.

प्रा. अंडरहील यांच्या संशोधनानुसार, दक्षिण आफ्रिकेच्या परिसरात आढळणाऱ्या पेंग्विनचे शास्त्रीय नाव आहे 'स्पेनीस्कस डिमेरसस'. त्या पेंग्विनचा डासेन बेटे, रॉबेन बेटे यांच्या आसपास मोठ्या प्रमाणात वावर होता. नेल्सन मंडेला यांना रॉबेन बेटांवर राजकीय कैदी म्हणून अनेक वर्षे स्थानबद्ध करून ठेवण्यात आले होते. त्यांच्या स्थानबद्धतेचे ठिकाण आता आंतरराष्ट्रीय पर्यटन केंद्र झालेले आहे. तेथे भेट देणाऱ्या पर्यटकाच्या संख्येत लक्षणीय वाढ झाल्याने पेंग्वीन धोक्यात आहेत.

पेंग्विनच्या हत्येविरुद्ध कडक कायद्यांचे पालन केले जात असूनही, त्यांच्या वसाहतींची संख्या कमी का होते या संदर्भात प्रा. रॉब क्रॉफोर्ड यांनी संशोधनास १९९८ पासून सुरुवात केली. प्रा. क्रॉफोर्ड दक्षिण आफ्रिकेच्या सागरी संशोधन विभागातील 'कोस्टल एन्व्हायरनमेंट' (सागरी किनारा परिसर) विषयांत तज्ज्ञ आहेत. त्यांनी प्रा. अंडरहील यांच्या संशोधक तुकडी समवेत भरपूर संशोधन केले.

त्यांच्या निरीक्षणानुसार पेंग्विन सागरकिनाऱ्यापासून तीस ते चाळीस किलोमीटर अंतर पोहत जाऊन सार्डिन प्रकारचे मासे, शैवाल यांचे भक्षण करीत असत. वाढलेली जलवाहतूक, सागरी पाण्याचे आणि परिसराचे वाढलेले सरासरी तापमान यांचा एकत्रित दुष्परिणाम सार्डिन माशांवर झालेला आहे. सार्डीन मासे प्रचंड समूहाने वावरतात. त्यांची मासेमारीही मोठ्या प्रमाणात केली जाते. पूर्वी

सार्डिन मासे सागरकिनाऱ्यापासून वीस-पंचवीस किलोमीटर्स अंतरावर आढळत असत; आता तेच मासे साठ-सत्तर किमीच्या अंतरावर वावरू लागले आहेत. परिणामत: पेंग्विनची उपासमार पद्धतशीरपणे होऊ लागली.

प्रा. रॉब क्रॉफोर्ड यांच्या नोंदीनुसार, दोन हजार एकमध्ये येथील पेंग्विनची संख्या पंधरा लाखांच्या घरात होती. त्याला हळूहळू गळती लागून आताच्या मोजणीनुसार फक्त दीड लाखांच्या जवळपास पेंग्विन शिल्लक आहेत. सागरी किनारा संशोधन विभागाने दक्षिण आफ्रिका सरकारला धोक्याची सूचना देणारा आणि 'पेंग्विनला वाचवा' अशा प्रकारचा अहवाल सादर केला आहे. ज्या गतीने पेंग्विनची संख्या रोडावत आहे, त्यानुसार पुढील दहा वर्षांनी पेंग्विन कदाचित प्राणिसंग्रहालयात पाहायला मिळतील, असे त्यांनी स्पष्ट केले. सार्डिन मासे ऋतुचक्रानुसार दर २५-३० वर्षांनी वसाहतीचे स्थान बदलतात, हा नियम असून, त्यांचे पुनरागमन कशा प्रकारे होईल, यावरही सागरी संशोधक अभ्यास करीत आहेत.

-*-*-*-

२०. मत्स्योद्योगातील क्रांती

नवनवीन समस्या, त्या सोडविण्यासाठी सातत्याने धडपड.... प्रचंड लोकसंख्या, पण त्यातील प्रत्येकाला कोणता तरी उपयुक्त व्यवसाय मिळवून देऊन आत्मनिर्भर करण्याचे प्रामाणिक प्रयत्न! जगात महासत्ता बनण्याचे स्वप्न साकारण्याची क्षमता असलेल्या चीन देशाने अनेक क्षेत्रांमध्ये केलेली प्रगती आश्चर्यकारक आहे. प्रामाणिकपणे स्वबळावर प्रयत्न करावेत आणि त्यापासून वैयक्तिक-कौटुंबिक स्तरावर फायदे व्हावेत, कोठे कमतरता-त्रुटी निर्माण झाल्यास शासन सर्वतोपरी मदत करेल- असे सार्वजनिक सूत्र चीन सरकारने १९८० पासून स्वीकारले. त्याचे सुपरिणाम १९९२ पासून दिसून येऊ लागले आहेत आणि आर्थिक बाबतीत चीन आता जगात आघाडीवर आलेला आहे.

भौगोलिक कमतरतांवर मात करण्याचा चीनने जाणीवपूर्वक प्रयत्न केलेला आहे आणि त्यामध्ये त्याला काही आघाड्यांवर आशादायक यश मिळाले आहे.

यांगत्से या जगप्रसिद्ध महाकाय नदीला महापूर येऊन दशकानुदशके प्रचंड प्रमाणात जीवित-वित्तहानी घडत असे. शापित नदी म्हणून तिची इतिहासात नोंद झाली; परंतु १९८८ पासून यांगत्सेवर तीन ठिकाणी (थ्री गॉर्जेस) अतिप्रचंड धरणे बांधून चीनने जागतिक मानवी आश्चर्यांमध्ये भर घातली. आधुनिक तंत्रज्ञान, प्रचंड बांधकाम-दूरदृष्टी आणि कसदार प्रयत्नांमार्फत चीनने महापुरांपासून बचाव तर केलाच; परंतु अडवलेल्या पाण्यापासून भरपूर जलविद्युत निर्माण करून कारखाने, औद्योगिक प्रगतीमध्ये अविश्वसनीय झेप घेतली. चीन प्रामुख्याने परंपरागत शेतीप्रधान देश आहे. तांदूळ, बटाटा यांचे प्रामुख्याने पीक घेणाऱ्या शेतकऱ्यांना निसर्गाच्या विविध लहरींवर अवलंबून राहावे लागते. अनेक कारणांमुळे दुष्काळ पडून हजारोंच्या संख्येने शेतकरी मृत होत अथवा काबाडकष्ट करूनही दारिद्र्यात आयुष्यभर खितपत पडत. जमिनीचा कस कमी होऊन उत्पादनातही कमतरता जाणवू लागली. यावर उपाय म्हणून १९९० पासून चिनी सरकारने अन्नात माशांचा समावेश करण्याचे प्रयत्न सुरू केले. चीनचा पूर्व किनारा, दक्षिणेकडील काही प्रदेश सागराशी निगडित आहेत. तेथून प्रचंड स्वरूपाची मासेमारी शतकानुशतके केली जात आहे. त्यातील मत्स्य उत्पादनाचा निम्मा भाग परदेशाला निर्यात करून भरपूर चलन उपलब्ध होते. याला जोड देण्यासाठी, चिनी नागरिकांची मत्स्यभूक भागविण्यासाठी १९९२ पासून जमिनीवर पाणी साठवून मत्स्योत्पादन वाढविण्याचे शास्त्रीय प्रयत्न सुरू करण्यात आले. चीनच्या पूर्व किनाऱ्याच्या आतील भूप्रदेशातील फ्यूक्विग प्रांताची प्रायोगिक तत्त्वावर निवड करण्यात आली. नदीपात्राजवळील भातशेतीच्या जमिनीचे रूपांतर, ठरावीक आकारांच्या तलावांमध्ये करण्यात आले. तलावात तीन ते चार फूट उंचीइतके पाणी साचून राहील, अशी योजना करण्यात आली. त्या पाण्यात श्रिंप्स, तिलापिआ, ईल्स, पॉम्फ्रेट या माशांची पैदास शास्त्रीय पद्धतीने करण्यास सुरुवात झाली. आश्चर्य म्हणजे, दोन ते तीन वर्षांत तेथील मत्स्योत्पादन प्रचंड प्रमाणात वाढू लागले.

निंगडी, फिआँग जवळपासच्या प्रांतातील, यांगत्सेच्या काठावरील सुमारे पाच हजार चौ. किमीच्या प्रदेशात हजारोंच्या संख्येने, तलाव निर्माण करण्यात आले. तलावामध्ये बांबूचे पूल उभारून, पाण्यात वेगवेगळी रसायने मिसळून, जलचरांना आवश्यक ते संरक्षण मिळवून दिल्यामुळे उत्पादनात अनेक पटींनी वाढ होऊ लागली आहे. आजमितीला पृथ्वीवरील सत्तर टक्के 'फिशफार्मिंग' चीनच्या नावावर नोंदले गेले आहे. जपान, ऑस्ट्रेलिया, अमेरिका, युरोपकडे

प्रतिदिनी लक्षावधी टन मासे निर्यात केले जात आहेत. ताय या ऐतिहासिक तळ्याभोवतालच्या एकशे पन्नास चौ. कि. मी.च्या प्रदेशात उत्कृष्ट दर्जाच्या खेकड्यांची पैदास केली जात आहे. फुजिआन प्रांत आता केवळ 'फिशफार्मिंग एरिया' म्हणून जाहीर करण्यात आला आहे. या नव्या मत्स्योद्योगावर अवलंबून असणाऱ्या पंचेचाळीस लाख मच्छीमारांना अत्याधुनिक तंत्राची ओळख करून देण्यात येत आहे. दहा वर्षांपूर्वी शेतीव्यवसायात मिळणाऱ्या उत्पन्नापेक्षा फिश फार्मिंगमध्ये प्रतिडोई उत्पन्नात अनेक पटींनी भर पडली आहे. काही तळ्यांमध्ये खाण्यास उपयुक्त जलीय वनस्पती, मोती तयार करणारे कालव, बेडूक यांच्याही उत्पादनासाठी चिनी शासनाने ॲक्वाकल्चर तंत्रज्ञान जोपासण्यासाठी 'फिशरीज् रिसर्च ब्यूरो' नावाचे स्वतंत्र खाते निर्माण केले. गतवर्षी अशा प्रकारच्या फिशफार्मिंगमध्ये एक प्रकारची गंभीर समस्या निर्माण झाली. माशांची संख्या वाढविण्यासाठी काही शेतकऱ्यांनी मिसळलेली रसायने हानिकारक ठरली. माशांची वाढ मोठ्या प्रमाणात होऊ लागली; परंतु त्यांच्या सेवनाने कर्करोग होण्याची शक्यता जपानी शास्त्रज्ञांनी दाखवून दिली. चिनी, अमेरिकन संशोधकांनी काळजीपूर्वक तपासण्या करून हानिकारक रसायने पाण्यात मिसळण्यास बंदी घातली. संबंधितांना जबर शिक्षा देण्यात आली. हजारो टन मासे पकडून नष्ट करण्यात आले. या सर्व समस्या सोडवीत चीनने 'फिशफार्मिंग'मध्ये पुनश्च आघाडी घेतली आहे.

-*-*-*-

२१. सागरी वैभव : साल्मन मासा

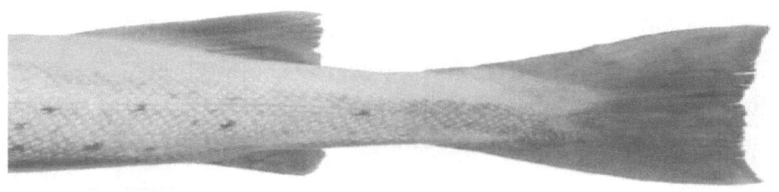

माशाचा उपयोग अन्न म्हणून करता येतो; हे निश्चित झाल्यावर त्याला पकडणे, साठवून ठेवणे आणि योग्य वेळी त्याचा वापर करणे- या प्रक्रियेमध्ये अनुभवांच्या जोरावर मानवाने पद्धतशीर प्रगती केली. मोठमोठ्या आकारांची, विविध प्रकारची जाळी करून त्यात मासे गोळा करणे, हा राजमार्ग बहुतेक ठिकाणी वापरण्यास सुरुवात झाली. परंतु वैयक्तिक गरज भागविण्यासाठी, बऱ्याच प्रमाणात संथपणे वेळ घालविण्यासाठी, मनाची एकाग्रता वाढविण्यासाठी गळ टाकून त्याद्वारे विविध आकारांचे मासे पकडणे- या कार्याला खूपच महत्त्व प्राप्त झाले. 'गळाला मासा अडकणे' ही म्हण बहुतेक सर्व भाषांमध्ये प्रचलित झाली. दोराच्या दुसऱ्या टोकाला माशाला आकर्षून घेण्यासाठी गांडूळ अथवा तत्सम एखादे खाद्य अडकविणे आणि ते खाण्याच्या प्रयत्नात माशाच्या जबड्यात हूक अडकणे, हा यातील कार्यभाग साधता येऊ लागला. या सर्व वाटचालीत विशेषत: उत्तर गोलार्धातील अटलांटिक महासागराच्या परिसरात आणि युरोप खंडातील काही नद्यांच्या भागात वेगळ्याच प्रकारच्या माशाने जास्त लक्ष वेधून घेतले.

साधारणत: दीड-दोन फुटांची लांबी, दहा-बारा पौंडांचे वजन, अत्यंत चमकदार रूपेरी रंग आणि पाण्याच्या पृष्ठभागाजवळून वावरणारा दिमाखदार स्वरूपाचा हा मासा लक्षवेधी ठरला. या प्रकारचा मासा अटलांटिक सागरात-

म्हणजे खाऱ्या पाण्यात आणि उत्तर अमेरिका, कॅनडा, नॉर्वे, इंग्लंड इत्यादी देशांमधील सागराला मिळणाऱ्या मोठ्या नद्यांमध्येही- म्हणजेच गोड्या पाण्यात आढळून येतो, ही माहिती संशोधकांना चक्रावून टाकणारी ठरली. सर्वसाधारणपणे एकच प्रकारचा मासा खाऱ्या आणि गोड्या पाण्यात सहसा आढळून येत नाही. त्याचबरोबर पूर्ण वाढ झालेला हा मासा नदी, समुद्रात ठरावीक अंतर पोहून गेल्यावर हवेत उंच उडी मारतो- म्हणजेच ठरावीक वेळानंतर पाण्याच्या पृष्ठभागाशी येतो आणि हवेत मजेदारपणे कोलांटी मारतो व पुन्हा पोहायला लागतो- असे दृश्य नोंदविले गेले.

ग्रीक लोकांनी त्यांच्या भाषेत त्याचे साल्मो सोलार असे नामकरण केले. त्याचा अर्थ- मजेशीरपणे हवेत उडी मारणारा. साल्मो सोलारचे अपभ्रंश होत-होत सालमन हे नाव लोकप्रिय झाले. मॅसाच्युसेट्स प्रांतातील नद्यांमध्ये मासेमारीचा छंद जोपासणाऱ्या डेव्हिड थोरेझ नावाच्या फ्रेंच साहित्यिकाला या प्रकारच्या माशाने फार आकर्षित केले. डोळ्यांत भरणारा रूपेरी रंग, हातभराचा आकार-या स्वरूपाचा हा मासा सागरात दिसतो आणि ठरावीक काळात नद्यांच्या प्रवाहाविरुद्ध पोहत-पोहत जातानाही आढळतो. ही घटना त्याने प्रत्यक्ष अनुभवली. मोठ्या संख्येने प्रवाहाच्या विरुद्ध पोहत जाणे म्हणजेच प्रतिकूल परिस्थितीला तोंड देत-देत आपण यशस्वी होणे- ह्या प्रकारचा अनुभव घेऊन त्याने वाङ्मयनिर्मिती केली. त्या वाङ्मयाचे खूप कोडकौतुक झाले.

अर्थात ही सत्य घटना प्राणिसंशोधकांच्या नजरेतून सुटली नाही. त्यांनी संशोधन केले आणि ठरावीक कालखंडात प्रजननक्रिया पूर्ण करण्यासाठी साल्मन् मासे झुंडीच्या झुंडीने प्रवाहाविरुद्ध पोहत जातात, असा निष्कर्ष काढता आला. जास्त संशोधन केल्यानंतर असे ठामपणे निष्कर्ष काढले गेले की, प्रजननक्रियेसाठी शारीरिक वाढ झाल्यानंतर मादीच्या शरीरात दहा ते बारा हजार अंडी तयार होतात. तिच्या शरीराचा आकार फुगतो. त्यानंतर ती अंडी फलित होण्यासाठी नर मासा त्यांचा मागोवा घेतो. त्यांचे मीलन झाल्यानंतर अंडी फलित होऊन नद्यांच्या काठाच्या भागातील सांदीसपाटीत घातली जातात. या प्रकारे मोसमात लक्षावधी अंडी उबतात आणि साल्मन माशांची संख्या अतिप्रचंड प्रमाणात वाढते.

कॅनडा, उत्तर अमेरिकेचा पूर्व किनारा, नॉर्वे, स्वीडन, इंग्लंड, फ्रान्स, ग्रीस या देशांतील अॅटलांटिकला मिळणाऱ्या थेम्स, ऱ्हाईन, कनेक्टीकट, स्कॉटलंडमधील बॉयने, मॉय आईसलँडमधील बिगलॅक्सी, इव्हिता इत्यादी

मोठ्या आकाराच्या नद्यांमध्ये साल्मनची मासेमारी करणे सहज सोपे ठरू लागले. त्यांच्यापासून कोट्यवधी डॉलर्सचे उत्पन्न मिळू लागले.

सन १९६०-७० पासून तर केवळ साल्मन माशांच्या उद्योगापासून अब्जावधी डॉलर्सची उलाढाल सुरू झाली. विशेषकरून नॉर्वे, स्वीडन या देशांनी अतिभव्य आकाराच्या मच्छीमारी बोटी बांधून, यांत्रिक जाळ्यांमार्फत त्यांच्या शिकारीचा प्रचंड व्यवसाय उभा केला. काही मोठ्या कंपन्यांनी तर सागराच्या संथ पाण्यात वेगळ्या प्रकारची कुंपणे उभारून त्यात साल्मनची पैदास यशस्वी होईल, अशा प्रकारचे प्रकल्प उभारले. खाऱ्या व गोड्या पाण्यात आढळणारे साल्मन म्हणजे युरोपमधील मत्स्यव्यवसायाचा प्रमुख आधारस्तंभ ठरले. नद्यांच्या पाण्यात कारखान्यांमार्फत मिसळली जाणारी रासायनिक द्रव्ये, सागरात टाकलेली मोठ्या आकाराची जाळी, पाण्याचे प्रदूषण याचा विपरित परिणाम साल्मनच्या पैदाशीवर होत आहे, असे २०१० पासून लक्षात आल्याने त्यावर उपाय योजले जात आहेत.

-*-*-*-

२२. कॉरमोरँट्स - अचूक मासेमार

लहानमोठ्या आकाराच्या बोटी, त्यावरून वेगवेगळ्या आकाराची जाळी भिरकावून मासेमारी करणारे कोळी ठिकठिकाणी आढळून येतात. नदीच्या, तलावांच्या काठांवरून गळ टाकून, स्तब्धपणे मासेमारी करण्यात आगळाच आनंद असतो. मोठ्या बोटींवरून यांत्रिक पद्धतींचा वापर करून प्रचंड प्रमाणावर मासेमारी करण्याचा उद्योग म्हणजे जबरदस्त आर्थिक उलाढाल असते.

चीनच्या पूर्व किनाऱ्यावर चिनी सागरात एक आगळ्याच प्रकारची मासेमारी आढळून येते. होडीमध्ये तीन-चार मासेमार असतात. त्यांच्या हातात दोर असतो. त्या दोराला जाळे जोडलेले नसते, पण चक्क एक बदकाच्या आकाराचा लांबट पक्षी असतो. पक्षी अचूकपणे पाण्यावर झडप घालतो, तीक्ष्ण चोचीने मासा उचलतो आणि पुन्हा होडीकडे परत येतो. पाहता पाहता होडी माशांनी भरून जाते.

लांबट मान, काळ्या रंगाची पिसे असलेले बाकदार शरीर, चिमट्याप्रमाणे कार्य करणारी पिवळ्या रंगाची चोच आणि पिवळट पडद्यांनी जोडलेली पायांची बोटे, असा हा पाणपक्ष्याचा प्रकार अनेक ठिकाणी आढळून येतो. साधारणत: किनाऱ्यावरील खडकाळ ठिकाणी या पक्ष्याचे प्रचंड समूह आढळून येतात.

अशा पक्ष्याला 'कॉरमोरँट्स' नावाने ओळखले जाते.

या पक्ष्यांना फार उंचावर किंवा खूप दूरपर्यंत उड्डाण करता येत नाही, परंतु पाण्याच्या पृष्ठभागावरून उडत काही अंतर गेल्यानंतर, एकदम सूर मारून, मान पाण्यात घुसवून माशाला अचूकपणे चोचीत पकडता येते. पकडलेला मासा गिळून टाकणे आणि पोट भरल्यानंतर शांतपणे किनाऱ्यावर बसून पचन करणे हा त्याचा आवडता उद्योग असतो.

त्यांच्या अचूक झेपेचा आणि तीक्ष्ण चोचीचा उपयोग चिनी कोळ्यांनी फार मजेशीर स्वरूपात केलेला आहे. 'कॉरमोरँट्स'ना बऱ्याच वेळ उपाशी ठेवले जाते. त्यांच्या गळ्याभोवती एक रिंग अडकविली जाते. रिंगला सुमारे चाळीस-पन्नास फूट लांबीची प्लॅस्टिकची दोरी अडकविण्यात येते. दोरीचे टोक कोळ्याच्या हातात असते. होडीवरून सोडल्याबरोबर ते पाणपक्षी झेप घेऊन माशाला चोचीत अचूकपणे पकडतात; परंतु गळ्याभोवती रिंग असल्याने माशाला गिळून टाकू शकत नाहीत. मासा चोचीत घट्ट पकडल्यानंतर त्याला हळुवारपणे होडीत खेचून घेतले जाते. अशा रीतीने सुमारे पाच-सहा 'कॉरमोरँट्स'कडून चार-सहा तासांत होडीभर मासे गोळा होतात!

बऱ्याच प्रमाणात शिकार झाल्यानंतर मग पक्ष्यांना मोकळे केले जाते. ते स्वतंत्रपणे उडून जाऊन पोटभर शिकार करतात आणि होडीवर येऊन बसतात. 'कॉरमोरँट्स' जास्त काळ पाण्यात पोहत नाहीत. कारण त्यांच्या पिसांमध्ये पाणी अडकून राहते त्याचा त्यांना त्रास होतो. इतर पाणपक्ष्यांप्रमाणे त्यांची पिसे 'वॉटरप्रूफ' नसतात. त्यामुळे काठांवर उन्हात बराच काळ बसून पिसे कोरडी करणे, हा त्यांचा आवडता छंद असतो. अशा प्रकारे हजारो 'कॉरमोरँट्स' चीन, जपानमध्ये पाळले जातात.

-*-*-*-

२३. इलेक्ट्रिक फिश

असंख्य प्रकारची विविधता, हरतऱ्हेचे रंग, आकार असलेले मासे म्हणजे जलसृष्टीची खरी शान आहे. माशांच्या विविधतेचा शोध घेण्यासाठी मत्स्यतज्ज्ञांनी महासागरांच्या अंतरंगात प्रयोगशाळा थाटून त्यामार्फत संशोधन करण्यास सुरुवात केली. दक्षिण, मध्य अमेरिकेतील काही नद्या, अमेझॉनचे पात्र, ब्राझिल, पनामा, व्हेनेझुऐला यांच्या सागर किनाऱ्यांच्या भागात संशोधन करणाऱ्या डॉ. कार्ल हॉपकिन्स, प्रा. हायलीनबर्ग यांना, विद्युतप्रवाह, विद्युतवलय निर्माण करणाऱ्या 'ईगेनमानिया व्हायरेसन्स' या शास्त्रीय नावाने ओळखल्या जाणाऱ्या आश्चर्यकारक माशाचा शोध लागला. ईल या प्रकारचे मासे विद्युतशॉक देऊ शकतात, त्यांची माहिती शास्त्रज्ञांना पूर्वीपासून होती. परंतु इगेनमानिया किंवा ग्लास नाईफ फिश या प्रकारचे मासे त्यापेक्षा खूपच मनोवेधक आहेत. दोन वर्षांपूर्वी पनामा कालव्याच्या सागरी प्रदेशात संशोधन करीत असताना प्रथम प्रा. हायलीनबर्ग यांना रात्रीच्या अंधारात पाण्याच्या काही भागात विद्युत वलय असलेल्या प्राण्यांची हालचाल आढळली. जास्त माहिती घेण्यासाठी त्यांनी त्या भागात बोटीच्या सहाय्याने भ्रमण करताना इलेक्ट्रोडस्, इलेक्ट्रिक सेन्सॉर्स, यांचा वापर करून निरीक्षणे

नोंदविली. त्या निरीक्षणानुसार तेथे एक व्होल्ट शक्तीचा, विद्युतशक्तीचे ध्वनीत रूपांतर करू शकेल अशा प्रकारचा विद्युत प्रवाह आढळून आला.

विद्युतप्रवाह निर्माण करणाऱ्या माशांचे पूर्ण संशोधन करण्यासाठी प्रा. हायलीनबर्ग यांना नॅशनल जिओग्राफिक संस्थेतर्फे डॉ. हॉपकिन्स या प्राणीतज्ज्ञाची मदत झाली. डॉ. हॉपकिन्स यांनी सर्व यंत्रणा, साहित्ये यांच्याद्वारे पद्धतशीरपणे संशोधन सुरू केले. त्यांनी साधारणत: सात ते नऊ इंच लांब, पारदर्शक अत्यंत चपळाईने हालचाल करणारे ग्लास नाईफ फिश पकडले.

त्या प्रकारचे मासे पकडून, अॅक्वेरिअममध्ये ठेवून, ओसिलोस्कोपमार्फत केलेल्या संशोधनानंतर भरपूर मनोरंजक माहिती मिळाली. त्यांच्या शेपटीच्या भागातून विद्युत प्रवाह निर्माण होतात. प्रवाह निर्मितीचे केंद्र मेंदूच्या भागात असून रिमोट कंट्रोलप्रमाणे विद्युतनिर्मिती होते. या प्रवाहामुळे दाट अंधारात त्यांना मार्ग आक्रमणास, अन्न मिळविण्यास, शत्रूपासून बचाव करण्यास, आपल्यासारख्या माशांना सिग्नल पाठवून संदेश देण्यास उपयोग होतात हे सिद्ध झाले. विद्युतप्रवाह रूपांतरित करून त्यापासून परिणामकारक ध्वनिसंकेत निर्माण होऊन त्याचा उपयोग मादीला आकर्षित करून घेण्यास होतो. हीसुद्धा माहिती मिळाली.

याप्रकारचे ग्लास नाईफ मासे कॉर्नेल विद्यापीठाच्या प्राणीशास्त्र विभागात वाढविण्यात, त्यांचे पुनरुत्पादन अभ्यासण्यास उपयुक्त ठरले आहेत. या माशांचा सखोल अभ्यास करून इतर प्राण्यांमधील संवेदनांची देवाणघेवाण, मेंदूच्या चेतापेशीत होणाऱ्या क्रिया यांची माहिती उपलब्ध होत आहे. ठराविक प्रक्रिया होऊन विद्युतप्रवाह निर्माण होत असल्याने रिमोट कंट्रोल, कॉम्प्युटर्सची कार्यपद्धती यासंबंधी माहिती यामुळे उपलब्ध होईल. या माशांचे शरीराभोवतीसुद्धा इलेक्ट्रिक फिल्ड निर्माण होते. त्यामुळे त्यांना संरक्षण मिळते. स्वरक्षणाची ही किमया शास्त्रज्ञांची मती गुंग करून टाकीत आहे.

-*-*-*-

२४. स्पॉटेड टर्टल

शरीराच्या काळ्या रंगावर उठून दिसणारे गडद रंगाचे पिवळे डाग... पिवळ्या ठिपक्यांमुळे आकर्षक दिसणारे स्पॉटेड टर्टल. त्याचे शास्त्रीय नाव आहे 'क्ले मिस गुटाता'. अमेरिकेच्या पूर्व किनाऱ्यावरील कॅरोलिना, व्हर्जिनिया, मॅसॅच्युसेट्स, कॅनडातील क्विबेक प्रांतातील लहान नद्यांच्या दलदलीच्या भागांत मुख्यत्वेकरून स्पॉटेड टर्टल आढळतात. त्यांची संख्या केवळ सात-आठ हजार शिल्लक आहे.

ह्या कासवाची अंडी गडद पिवळ्या रंगाची असतात. दलदलीच्या भागातील बिळांमध्ये ती घातली जातात. सुमारे तीन आठवड्यांनंतर बाहेर पडलेली पिले पाण्यात स्वतंत्रपणे पोहू लागतात.

स्पॉटेड टर्टलच्या पुढील पायांची बोटे जास्त पसरट व जाड असतात. त्याची हालचाल अत्यंत संथगतीची असते. त्याचे भक्ष्य असते पाण्यातील किडे,

बेडकाची अंडी आणि पाण्याजवळ वावरणारे कीटक. जाडसर पाठीच्या ढालीत मान लपवीत स्पॉटेड टर्टल हालचाल करते. भक्ष्य टप्प्यात येताच मान एकदम बाहेर काढून भक्ष्य गिळंकृत करते.

जेव्हा त्याच्या पाठीवरील पिवळ्या ठिपक्यांचा गडदपणा कमी होतो, तेव्हा शक्ती कमी होऊन त्याच्या हालचाली मंदावतात. त्या वेळी तो पाण्यात डुबकी घेऊन नंतर बराच काळपर्यंत सूर्यप्रकाशात पडून राहतो. ठिपक्यांचा गडदपणा सुमारे दोन-तीन तासांनी वृद्धिंगत होतो आणि या कासवाच्या हालचालींना वेग येतो.

-*-*-*-

२५. चौरंगी मासा

सुमारे चार ते पाच सें.मी लांबी, वजन सहा ते आठ ग्रॅमच्या दरम्यान असणारा 'सुडानथिआस' नावाचा मासा हवाई बेटांजवळील सागरात संशोधकांना आढळून आला आहे. हवाई विद्यापीठातील प्रा. रॉबर्ट ओरांटिस आणि त्यांचे सहकारी संशोधन करताना त्यांना या मत्स्याचा शोध लागला.

याच्या मानेपासून शरीराच्या मध्यापर्यंत लाल रंग, मध्यापासून शेपटीपर्यंतचा गर्द जांभळा रंग, दोन्ही परांचा रंग गडद निळा आणि डोक्याजवळील त्वचा हिरव्या गर्द रंगाची असते. हा मत्स्यप्रकार पॅसिफिक महासागरामधील जास्त तापमान असलेल्या पाण्यात आढळून येतो. या प्रकारचे मासे पकडून त्यांची प्रयोगशाळेत अनेक प्रकारची निरीक्षणे करण्यात आली. त्यानुसार वर उल्लेखिलेल्या, रंगांच्या गडदपणामध्ये मादीच्या शरीरात अंडी तयार होण्याच्या सुमारास रंग बदल घडून येतो. अंडीनिर्मितीची प्रक्रिया सुरू झाल्यापासून जांभळ्या आणि लाल रंगाचा गडदपणा, भडकपणा जास्त जाणवू लागतो; नर मत्स्यामध्ये शुक्रजंतूच्या कालखंडात लाल रंगातील गर्दपणा प्रखर झालेला असतो. रंगातील गर्दपणा आणि त्यात घडणारा बदल शरीरात घडणाऱ्या रासायनिक क्रियांवर अवलंबून असतो, असे प्रा. रॉबर्ट ओरांटिस यांनी सिद्ध केले.

या प्रकारच्या मत्स्यांना काचपेटिकेत ठेवून त्यांची मोठ्या प्रमाणात निर्मिती करणे शक्य झाले आहे. हवाई बेटांवरील प्रखर मत्सालयांमध्ये चौरंगी मत्स्य प्रकाराचा एक स्वतंत्र विभाग स्थापन करण्यात आला. सन २००४ पासून याची फलित अंडी वेगवेगळ्या मत्सालयांना, संशोधन प्रयोगशाळांना पुरवून त्यांच्या संख्येत भर पडत आहे. या प्रजातीचे मासे पृथ्वीवरील इतर कुठल्याही समुद्रामध्ये नसावेत, असा संशोधकांचा अंदाज आहे.

-*-*-*-

२६. नाविन्यता

नेहमीसारख्या माश्यांप्रमाणे वागणारे, परंतु स्वतःच्या काही विशिष्ट वैचित्र्यपूर्ण सवयीमुळे उठावदार माश्यांची ही थोडीशी माहिती. या माशांची निराळी वागणूक आहे. बहुतांशी समुद्रातील मासे नदी अथवा तलावात जगत नाहीत, परंतु ईल नावाचा सर्पासारखा भासणारा मासा समुद्रात जन्मतो, नदीमध्ये आयुष्य कंठतो. यांना जन्म देणारी मादी मुद्दामहून समुद्रात जाते व तेथे अंडी घालून आपला आयुष्यप्रवास संपविते. सालोमन माश्याची जीवनपद्धत याहूनही विचित्र आहे. हा मासा समुद्रात आयुष्य काढतो. परंतु जन्मतो मात्र नदीमध्ये! 'क्यूबॉन' मासा हा संपूर्णपणे आंधळा असतो. आंधळा असला तरी त्याचे पर आणि शेपटी यांच्या अंतर्ज्ञानाने तो सहज हालचाल करतो. 'चार डोळ्या' माश्यावर परमेश्वराची फारच कृपादृष्टी झालेली आहे. डोक्यावरील उंच जागी दोन डोळे आगगाडीचे

दिव्याप्रमाणे काम करतात आणि पाण्याचे पृष्ठभागावरील आणि नाकासमोरील सर्व प्रदेश पाहू शकतात तर मानेजवळील डोळ्यांमुळे पाण्याच्या आतील भाग उत्तम रीतीने दिसू शकतो. कोल्ह्याला द्राक्षे आंबट असतात. कारण त्या पर्यंत त्याची जीभ पोचू शकत नाही. परंतु 'आर्चर मासा' याबाबतीत खूपच सुदैवी आहे. पाण्यातील किडे खाण्यापेक्षा पृष्ठभागाजवळ घोंघावणाऱ्या माशा, किडे याला चविष्ट वाटतात. हा पृष्ठभागाजवळ वावरताना भक्ष्याला हेरतो आणि लाळेचे तुषार नेम धरून सोडतो. त्यामुळे भक्ष्य वेढले जाऊन पाण्यात पडते व गट्टम करता येते. सेल मासा पाण्यातील वेगवान म्हणून प्रसिद्ध. हा अतिशय निमुळता आणि कल्ल्यांचा आकार पूर्णतया विमानाच्या पंख्यासारखा यामुळे पाण्याचा विरोध कमी होऊन ताशी ६० मैल वेगापर्यंत हा पोहू शकतो. शार्क माश्यांच्या अनेक जाती आहेत त्यापैकी (हॉर्न शार्क) यांच्या कल्ल्यांना लागून दोन धारदार सुया असतात. त्या सुमारे ३-३॥ फूट लांब असतात. हा मासा अतिशय निरुपद्रवी, कारण शत्रू चाल करून येताच त्या सुया गोगलगायीप्रमाणे आकसून घेतो.

-*-*-*-

२७.जमिनीवर चालणारा कॅटफिश

प्रत्येक सजीवामध्ये हरतऱ्हेचे वैशिष्ट्य निर्माण करण्याची निसर्गाची करामत केवळ विलक्षण आहे. पाण्याचे खरे सौंदर्य त्यात वावरणाऱ्या अनेकविध माशांमध्ये आहे. जिवंतपणे मासा पाण्यात वावरत असल्यासच त्याच्याकडे लक्ष वेधले जाते. त्याला पाण्याबाहेर काढल्यानंतर मात्र त्याचे सौंदर्य नष्ट होऊन केवळ जठराग्नी शमविण्यासाठी त्याची वाटचाल सुरू होते.

स्वत:हून पाण्याबाहेर येणारा व जमिनीवर खुशाल वावरणारा कॅटफिश हा माशाचा प्रकार म्हणजे प्राणीशास्त्रज्ञांना समजून आलेली एक अविश्वसनीय घटना आहे. अमेरिकेतील फ्लोरिडा राज्यातील पूर्व किनाऱ्यावरील पामबीच व बोकारोटान या भागातील रस्त्यावर वाहतूक करणाऱ्या एका ट्रकवाल्याला विचित्र दृष्य दिसले. पहाटेच्या सुमारास त्याने आपला ट्रक थांबविला होता. त्या अंधुक

प्रकाशात लालसर, पिवळट रंगाचे सुमारे फुटभर लांबीचे माशाप्रमाणे दिसणारे दोन-तीन प्राणी रस्त्याच्या एका बाजूकडून दुसरीकडे गंमतीदार पद्धतीने मार्गक्रमण करीत होते. थोड्या वेळात त्यांनी रस्ता पार केला व पलीकडच्या तळ्यात अगदी माशाप्रमाणे पोहू लागले.

त्या ट्रकवाल्याची उत्सुकता शिगेला पोहोचली. त्याच्या एकदम लक्षात आले की ही घटना संशोधनीय आहे. त्याने ट्रकच्या मागील भागातील पाण्याचे भांडे उघडले व मोठ्या हिकमतीने एक मासा त्यात धरून टाकला. या गडबडीत त्याच्या हाताला सुया टोचल्याप्रमाणे जखम झाली. तो विचित्र प्रकार घेऊन त्याने आपला ट्रक सरळ पिटाळला तो पामबीच येथील मत्स्यालयाचे ऑफिससमोर. तेथील संशोधक डॉ. क्लेरेन्स यांना त्याने ती हकिगत सांगितली आणि तो मासा बहाल करण्यासाठी पाण्याचे भांडे उघडले. अर्थात स्वातंत्र्य नष्ट झाल्याने तो मासा रक्तबंबाळ झाला होता. पण तो प्रकार पाहून क्लेरेन्स यांना मात्र संशोधनाची नवीन दिशा उपलब्ध झाली.

मिळालेल्या माहितीनुसार त्यांनी आपले सहकारी घेऊन बोराकोटान भागातील वेगवेगळी तळी, सागराच्या भागाची तपासणी सुरू केली. साधारणत: पहाटेच्या सुमारास त्या टोळीला वेगवेगळ्या भागात हालचाल करणारे तांबड्या, चॉकलेटी, काळसर रंगाचे मासे आढळून आले. त्याच्या तोंडाभोवती दोन अडीच इंचाचे लांब जाडसर भाग आढळून आले. मानेच्या भागात कूर्चांपासून बनलेले कंगोरे होते व त्याचा आधार घेऊन ठराविक पद्धतीने शरीर ढकलून तो मासा व्यवस्थितपणे जमिनीवर चालू शकत होता!

मासा जमिनीवर जगतो त्याअर्थी हवेतील प्राणवायू शोषून घेण्याची त्याच्यामध्ये क्षमता असली पाहिजे म्हणजेच केवळ कल्ल्यांमार्फत त्याचे श्वसन होत नसावे. मग इतर श्वसनाचे अवयव शोधण्यासाठी त्याचे विच्छेदन करण्यात आले. त्याचे कल्ले इतर माशांप्रमाणे होते व त्याला लागूनच फुफ्फुसाप्रमाणे प्राणवायू शोषून घेत असे. ज्यावेळी तो कॅटफिश पाण्यावर पडत असे तेव्हा एक प्रकारची झडप बंद होऊन जास्त प्राणवायु त्या वायुकोषामार्फत शोषला जात असे. त्वचा ओलसर रहात असल्याने काही काळ पर्यंत कल्ल्यांमार्फत प्राणवायू घेता येण्याची वेगळी सोय त्यात आढळून आली.

त्या प्राण्याचे इतर अनेक गुणधर्म तपासून पाहिल्यावर क्लॅरिअर बॅटरउक्यूस हे त्याचे शास्त्रीय द्विनाम निश्चित झाले. त्याच्या तोंडाजवळील लांबट मिशांच्या भागांमध्ये रुचीकलिका असल्याने त्याला हालचाल करताना अनेक पदार्थ्यांची

चव समजून येत होती. त्यामुळे लहान मासे, किडे, पाणवनस्पती, आळ्या यांचे तो सहज भक्षण करू शकत होता.

त्याची इतर वैशिष्ठ्ये अभ्यासण्यासाठी कॅटफिशना प्रयोगशाळेत ठेवण्यात आले. पण एक अडचण मात्र फार त्रासदायक ठरली. त्या माशांना पाण्याबाहेर पडून चालण्याची सोय न ठेवल्याने अनेकजण मृत्यू पावले. याचे मूळ शास्त्रीय नाव बाजूला पडून 'कॅटफिश' नाव लोकप्रिय झाले. यासंबंधी डॉ. ओगव्हिल यांच्याकडे एक सत्यकथा उपलब्ध आहे.

पामबीचमधील एका घराच्या मागील तळ्यात या माशांची वसाहत होती. त्यातील एक मासा सुमारे वीस इंच लांबीचा. सरळ त्या घराच्या अंगणात आला. ते पाहून तेथील मांजराच्या छोट्या पिल्लाने त्यावर हल्ला चढविला. आश्चर्य म्हणजे त्या माशाने मांजराबरोबर दोन हात लढाई केली. रक्तबंबाळ झाला पण शरण गेला नाही. पुन्हा त्याने तळ्यात आश्रय घेतला. ही घटना चार पाच जणांनी पाहिली व तेव्हा पासून तो कॅटफिश म्हणून ओळखला जाऊ लागला आहे.

जमिनीवर चालण्याच्या या गुणधर्माने कॅटफिश हा त्रासदायक ठरला आहे. तळ्यातील जलचर, पाणवनस्पती खाऊन महाशय सरळ जवळच्या भागातील पाण्याच्या साठ्यावर चाल करून जातात. गेल्या काही वर्षात यामुळे विविध प्रकारची हानी होत आहे. यावर उपाय म्हणून पाण्यात विषारी रासायनिक द्रव्ये मिसळून पाहिली परंतु वेळीच सावध होऊन कॅटफिश पाण्याबाहेर निघून जातो. त्या विषाचा परिणाम पूर्ण नष्ट होईपर्यंत दलदलीच्या मातीत स्वत:ला गाडून घेतल्याचेही आढळले आहे. त्या विषारी द्रव्यांनी मात्र इतर सजीवसृष्टी नष्ट केली जात आहे.

कॅटफिशची वाढ आणि स्थलांतर ही मात्र चिंताजनक बाब होणार हे शास्त्रज्ञांना कळून चुकले आहे. कॅटफिशचे पुनरुत्पादन कशाप्रकारे थांबविता येईल यावर अनेक अमेरिकन मत्स्यतज्ज्ञ संशोधन करीत आहेत.

-*-*-*-

२८. यमदूत

दोन वर्षांपूर्वी कॅनडाचे एक लष्करी विमान ऑस्ट्रेलियाच्या पूर्व किनाऱ्यापासून १००-१५० मैल अंतरावर कोसळले. आणीबाणीचा संदेश मिळताच मदतीसाठी काही बोटी व विमाने तिकडे पाठविण्यात आली. परंतु मदत पोहोचण्याचे आत शार्क माश्यांनी सर्व अधिकाऱ्यांचा फन्ना उडविला होता असे आढळून आले. ग्रीनलंड, ऑस्ट्रेलिया, कॉलिफोर्निया या समुद्रकिनारी लोक मजा लुटण्यासाठी येत असतात. काही पोहण्यासाठी समुद्रात जातात व त्यातील एखाद-दुसरा शार्कच्या पोटात विसावतो. प्रतिवर्षी शार्कच्या हल्ल्यांमुळे ३००-३५० लोक मृत्यू पावतात.

शार्कच्या एकूण ३५० लहानमोठ्या जाती आहेत. परंतु त्यापैकी ब्ल्यू व्हेल, व्हाईट शार्क, हमर हेड शार्क, ब्लॅकटिप शार्क, सँडबार वगैरे २५-३० जातीच मनुष्याच्या रक्तास चटावलेल्या आहेत. शार्क माश्याच्या अंगावर काटेरी (Cortilaginous) आच्छादन असते. जबडा टोकदार असून दात त्रिकोणी आणि अतिशय तीक्ष्ण असतात. डोके मोठे असून तेजस्वी असते. मजबूत

स्नायूची वर वळलेली शेपटी असते. रंग साधारण निळसर भुरकट असून कातडीवर ठिपके असतात. यापैकी (Rhinodon) व (Cetorhinus) शार्कस् ५० फुटापर्यंत वाढतात आणि वजनात कित्येक टन असतात. परंतु समुद्रात खोलवर राहत असल्यामुळे त्यांचा विशेष त्रास होत नाही. परंतु ज्या प्रदेशातील पाण्याचे तपमान ६० अंश फॅ. पेक्षा जास्त असते तेथे राहणारे शार्क जात्याच क्रूर असतात व संपूर्ण मांसाहारी असतात. आजूबाजूला वावरणारे मासे अथवा मिळाल्यास माणसाची शिकार याचे त्यांना बाळकडू असते. शार्कच्या शरीरावर डोक्यापासून ते थेट शेपटीपर्यंत ध्वनिलहरी नोंदणारी मज्जा केंद्रे आहेत. १००० फुटाच्या परिसरात पोहणाऱ्या दुसऱ्या प्राण्याचे पोहण्यामुळे पाण्यात लहरी निर्माण होतात व त्यामुळे त्या लहरी शरीर पेशींवर आदळताच मेंदूला ज्ञान होते. जर ध्वनिलहरी वेगाने येऊन आदळत असल्यास तो प्राणी काहीतरी अडचणीत, खळबळीत आहे असे समजून तो त्या दिशेने वेध घेतो. शार्क मासे इतर माश्यांप्रमाणेच तोंडातून पाणी घेतात व कल्ल्यामार्फत पाणी बाहेर टाकतात.

सारंच विचित्र

शार्क माश्यांच्या लांबी व कल्ल्यांच्या संख्येवरून ३ जाती पडतात. या जातीतील शार्क ६ ते २० फुटांपर्यंत वाढतात व त्यांना ६ ते ७ कल्ले असतात. यांना एकच शेपूट असते. दुसऱ्या जातीच्या शार्कस् २० ते ३० फुटांपर्यंत असतात व ४ ते ५ कल्ले असतात. तिसऱ्या जातीचे शार्कस् ३० फुटाहून लांब असून त्यांच्या शेपटीच्या दोन्ही बाजूस पडदे असतात व हेच सर्वांत भयानक असतात. यातील काही मासे झांबेझी, ॲमेझॉन, मिसीसीपी या नद्यांतून सापडतात. या शार्कस्च्या जबड्यात प्रत्येक ओळीत २०-२५ तीक्ष्ण दात अशा ४-५ ओळी असतात व काही कारणाने दात पडल्यास ताबडतोब नवीन दात येण्यास सुरुवात होते.

शिकार करण्यापूर्वी छोटीशी होडी अथवा पोहणारा माणूस याचेभोवती शार्क फेऱ्या मारतो व या फेऱ्या मारताना तीक्ष्ण घ्राणेंद्रिय व नजर यांनी तो भक्ष्य हेरतो. भक्ष्य टप्प्यात येताच सरळ जाऊन धडक मारतो व भयानक जबडा उघडून शक्ती पणाला लावून प्रचंड चावा घेतो. चावा घेणे हेच शार्कचे मुख्य आयुध. डॉ. गिलबर्ट या शास्त्रज्ञाने शार्कच्या चाव्याची शक्ती मोजण्यासाठी बॉलबेअरिंग व अल्युमिनियमच्या जाड पट्ट्या असलेले एक यंत्र तयार केले. भक्ष्य समजून शार्कनी त्याचा चावा घेतला. यंत्रावरील नोंदीमुळे चाव्याचा दाब

प्रतिइंचाला ८ टन इतका असतो असे अनुमान काढले आहे. छोट्या-छोट्या मच्छीमारी बोटीतील कोळ्यांची शिकार ठरवून, आखणी करून शार्कस् शिकार करतात. ३-४ शार्क घोळक्याने येतात. यापैकी १-२ जण दूरवर टेहळणी करतात. एकजण येऊन सरळ बोटीला धडक मारतो व बोट उलटवितो. बाकीचे भक्ष्यावर झेप घालतात व पसार होतात.

संवेदनाक्षम मासा

शार्क मासे विषुवृत्ताच्या उत्तर व दक्षिणेस ३० अंश अक्षांशापर्यंत सापडतात. या भागातले पाण्याचे तपमान शार्कस्ना साजेसेच असते व याच भागातील माणसांवर घातकी हल्ले होतात. या शार्कपासून बचाव करण्यासाठी कॉपर ॲसिटेट, मेण, निग्रोसाईन, वगैरे द्रव्ये एकमेकात मिसळून एक प्रकारचा द्रव तयार करतात व ज्या भागात मच्छीमारी करायची आहे त्या भागात या द्रवाचे डबे तरंगत ठेवतात. यामुळे ते द्रव थोडेथोडे पाण्यात मिसळून शार्कपासून खूप प्रमाणात बचाव होतो. पाण्याच्या दाबावर चालणारी बंदूकही तयार केलेली आहे. शार्कच्या डोक्याचा छेद या बंदूकीमुळे घेता येतो. शार्क जेव्हा समुद्र किनाऱ्याकडे येतो तेव्हा अधूनमधून उंच उडणारे कारंजे निरीक्षकांच्या दृष्टीस पडते व धोकादायक भोंगे वाजवून ते किनाऱ्यावरील लोकांना सावध करतात. विशेष करून ते पाणबुड्याच्या वाटेला जात नाहीत. कारण ध्वनिलहरीवरून हा पदार्थ आपल्या आवाक्या बाहेरचा आहे याचे त्याला ज्ञान होते.

खूप फायदे

शार्कपासून खूपच फायदे होतात. त्याच्या लिव्हरपासून मिळणाऱ्या तेलात 'ए व्हिटामिन' भरपूर प्रमाणात असते. त्याचबरोबर त्याचे कातड्यांपासून उत्तम प्रकारचे बूट, पट्टे, कातडी पिशव्या, तंबू, आच्छादने तयार करता येतात. शार्कचे मांसही लोकप्रिय आहे. साधारणत: संपूर्ण वाळलेल्या शार्कपासून १५००-२००० हजार गॅलन तेल मिळते. अशा माश्यांची शिकार मिळाल्यास हजारो रुपये सहज फायदा होतो. परंतु शिकार न साधल्यास मृत्यू हाच परिणाम. कारण एकदा जखमी अथवा पिसाळलेला शार्क, हल्ला करणाऱ्याचा, संपूर्ण नाश केल्याशिवाय शांत होत नाही.

-*-*-*-

२९. एक अजब मासा

उडणारे शहामृग असते, आणि जमिनीवर डुलत डुलत चालणारा गजराज पाण्यात जोराने पोहू शकतो, झाडावर झरझर विळखे घालून चढणारा साप पाण्यातही पोहतो. पाण्यातून बाहेर काढलेला मासा जगलेला कोणी पाहिलाय? मग तो चालणे कसे शक्य आहे? निसर्गाची किमया विविध आहे. अशक्यप्राय, कल्पनेपलीकडील घटना शास्त्रज्ञांची मति गुंग करीत असतात.

१९६६ साली अमेरिकेतील फ्लॉरीडाच्या समुद्रकाठी काही कोळी मासेमारी करीत होते. त्यांच्या जाळ्यात २॥-३ फूट लांब असलेले, चपट्या डोक्याचे, ८ धारदार मिश्या असलेले काही मासे सापडले. मासेमारी झाल्यावर ते सर्व मासे काठावर आणून ओतण्यात आले. बहुतेक सर्व मासे तडफडून मेले होते. हे विचित्र मासे जागे झाले व त्या रेतीतून चालू लागले. सर्वांनाच आश्चर्य वाटले व मासे संशोधकांनाही हे कोडे उलगडेना. त्यांनी ते मासे तलावात ठेवले. तेथे ते जगत तसेच हिरव्यागार कुरणात ठेवले तरी जगत!

अधिक संशोधनाअंती या माश्याची जात (Clarias batrachas) आहे असे समजले. याला पाय नसतात व डोके चपटे असून त्यावर समान लांबीच्या

८ धारदार मिश्या असतात. डोक्याच्या मागे, पोटाच्या खाली पुढे मागे होणारे त्रिकोणी पडदे असतात. हा मासा चालताना डोक्याकडील भाग सर्पासारखा नागमोडी वळवितो. त्रिकोणी पडदे जमिनीत रोवून आधार घेतो व शेपटीचा रेटा देऊन भराभर चालू शकतो. पाण्यात पोहाताना या पडद्याचा पंखाप्रमाणे उपयोग होतो.

छातीच्या भागास फुप्फुसे

विशेष प्रयोगाअंती याच्या तोंडाचे मागचे बाजूस छातीच्या भागात फुप्फुसासारखा भाग व कल्ले पण असतात असे पाण्यात असताना आढळून आले. पाण्यात असताना एका झडपेमुळे फुप्फुस व कल्ले निरनिराळे केले जातात. त्यामुळे पाण्यातील ऑक्सिजन कल्ल्यांमार्फत शोषला जातो व फुप्फुसासारख्या नळ्यांना इजा पोहचत नाही. पाण्याबाहेर असताना फुप्फुसामार्फत श्वसन होते व कल्ल्यांचे संरक्षण होते. याच्या आठ 'मिश्या' ताठर असून तो छोट्या छोट्या माश्यांना डोक्याने धडक देतो, मिशा टोचून बेजार करतो व खाऊन टाकतो. याचा रंग पिवळसर फिक्कट असतो आणि माश्यासारखे थोडेफार खवले असतात.

प्रथम या 'चालत्या माशांचे' कौतुक झाले, परंतु काही दिवसातच त्यांनी किनाऱ्याजवळची तळी, तलाव व्यापून टाकले. त्या तलावातून वास्तव केलेले रंगीबेरंगी, दिलखेचक व पाळल्या जाणाऱ्या माश्यांचा त्यांनी नायनाट केला. या चालत्या माशांचे वैशिष्ट्य म्हणजे अतोनात पैदास. नेहमीच्या माश्यांपेक्षा यांचे पुनरुत्पादनाचा वेग चौपट आहे.

वाढीवर नियंत्रण

यांच्या वाढीवर नियंत्रण घालण्यासाठी अनेक प्रयत्न करण्यात येत आहेत. परंतु अजूनही योग्य तो मार्ग सापडलेला नाही. कारण जाळी लावली असता तीक्ष्ण मिशांनी ती कापून त्यातून सुटका करतात. पाण्यात विषारी पदार्थ कालविले, वायू सोडले तर पटापट पाण्याबाहेर उड्या मारून पसार होतात. यासाठी त्यांचेवर पाण्यातच हल्ला करून त्यांचे स्पर्शज्ञान होत असणाऱ्या मिशा कापल्या असता ते संपूर्ण भांबावतात व मग शिकार करणे सोपे जाते.

अशा प्रकारचे मासे आग्नेय आशियातील सिंगापूर, मलाया, इंडोनेशिया देशात व अमेरिकेच्या फ्लॉरिडा प्रदेशाच्या आसपास सापडत असतात. त्यांची पैदास आवाक्याबाहेर होण्यापूर्वी नायनाट करण्यासाठी सतत प्रयत्न चालू असतात.

-*-*-*-

३०.प्रथिनांचा पुरवठा करणारा जलचर : क्रील

प्रोटिन्स म्हणजेच प्रथिने. शरीरांतील जैवरासायनिक क्रियांमध्ये अत्यावश्यक असणारा घटक. सजीवाच्या शरीरात असणाऱ्या वेगवेगळ्या रसायनांमार्फत प्रथिनांचे रूपांतर होऊन त्यापासून रक्त, स्नायू, चेतापेशी यांना पोषक ठरणारे विविध घटक तयार होतात. प्रथिनांमुळे शरीराची झीज भरून निघणे, वाढ होणे, पोषण होणे इत्यादी महत्त्वाच्या क्रिया अव्याहतपणे घडून येत असतात.

पृथ्वीचा सुमारे ७० टक्के पृष्ठभाग पाण्याने व्यापलेला आहे. पाण्यातील अनेकविध जलचर, मासे, पाणवनस्पती यांचा वापर अन्न म्हणून मानवाने अनेक शतकांपासून साकारलेला आहे.

गेल्या पंधरा-वीस वर्षांपासून अंटार्टिका खंडाच्या जवळील दक्षिण पॅसिफिक महासागरातून, क्रील नावाच्या कठीण कवच असलेल्या जलचराची मासेमारी अतिप्रचंड प्रमाणांवर वाढलेली आहे. अब्जावधी रुपयांचा व्यवसाय क्रीलच्या मासेमारीतून केला जात आहे.

साधारणत: अडीच तीन इंच लांबी, पायांच्या पाच जोड्या, तोंडाच्या वरच्या भागात जाडसर स्पर्शमिशा, शेपटीच्या भागात राठ केस आणि बटबटीत

काळे डोके असा काहीसा विचित्र दिसणारा जलचर अर्जेंटिना, फॉकलंड बेटे, चिली या प्रदेशांच्या पूर्वेकडे एक हजार किमीच्या भागातील दक्षिण पॅसिफिकच्या प्रदेशात आढळतो.

क्रीलचे वैशिष्ट्य म्हणजे त्याच्या पाठीवर कॅलशिअम कार्बोनेटचे कठीण कवच असते. शरीरातील मांसल भागात प्रथिनांचे प्रमाण भरपूर असते आणि ते नेहमी प्रचंड संख्येने एकत्रितपणे वावरत असतात. त्यामुळे त्यांची एकदम केलेली मासेमारी संख्येच्या दृष्टीने अत्यंत फायदेशीर ठरते.

युफारूसिया सुपेरबा या शास्त्रीय नावाने ओळखल्या जाणाऱ्या कठीण कवचधारी जलचरावर विल्यम इॅमनेर, फ्लीप निक्लिन या प्राणितज्ज्ञांनी अंटार्टिकाचे भागात राहून खूप संशोधन केले. अंटार्टिकाच्या पश्चिमेला असलेल्या पॉल्मर बेटांवर त्यांनी आपल्या संशोधन केंद्राचे प्रमुख कार्यालय स्थापले होते. कॅलिफोर्निया विद्यापीठ, अर्जेंटिनातील नॅशनल सायन्स फाऊंडेशन, चिलीमधील सागर संशोधन विभाग यांनी एकत्रितपणे क्रीलच्या संशोधन कार्याला अर्थसाहाय्य केले. क्रील या शब्दाची उत्पत्ती क्रीएल या नॉर्वेजिअन शब्दापासून होते. क्रीएलचा अर्थ आहे पाण्यात सरपटणारा अळीच्या अवस्थेतील किडा. या संशोधनाला सुरुवात एका गमतीदार घटनेतून झाली.

अंटार्टिकाचे परिसरात इ. स. १९८० चे सुमारास शार्क, व्हाईट व्हेल या महाकाय जलचरांवर संशोधन सुरू होते. ते जलचर अंटार्टिकाच्या ठराविक भागात जास्त प्रमाणात वावरतात. ते एकदम आपला जबडा उघडून हजारो क्रीलना भक्ष्य म्हणून सामावून घेतात, असे निश्चित निरीक्षण झाले.

काही मत्स्यालयात व्हेल मासे वाढविण्यास सुरुवात केली. त्यांना क्रीलचा पुरवठा केल्यास त्यांची वाढ योग्य प्रकारे होते, असा निष्कर्ष झाला. क्रीलच्या शरीराचे रासायनिक पृथक्करण करण्यात आले. त्यांच्या शरीरात प्रथिनांचे प्रचंड प्रमाण, यामुळे रशियन, नॉर्वेजिअन, फिनलंड येथील मच्छिमारांनी मोठ्या संख्येने क्रीलची मासेमारी सुरू केली.

जपानमधील मत्स्यतज्ज्ञांनी, त्यावर सखोल संशोधन केले. जपानच्या सागरात 'इफुएसिया पॅसिफिका' नावाची क्रीलची जात आढळून आली. जपानमधील तोईशी फिशरीज प्रयोगशाळेने क्रीलपासून तयार करता येणाऱ्या पदार्थांवर जास्त संशोधन केले. त्यानुसार क्रीलची शिकार करून त्वचेवरील कठीण कवच व इतर काटे काढून टाकल्यावर उष्णतेने त्यांचे शरीरातील पाण्याचा अंश काढून टाकला जातो. त्यानंतर त्यांच्या शरीराची भुकटी करून त्याचा वापर खत

म्हणून, कोंबड्यांचे खाद्य, मत्स्यालयातील माशांना खाद्य, तसेच डुकरांनाही खाद्य म्हणून ती भुकटी पाण्यात कालवून दिली जाते. क्रीलच्या भुकटीत काही खाद्य घटक मिसळून, यंत्रामार्फत त्यांचे लालसर रंगाचे केक्स तयार करतात. त्या केक्समध्ये मसाले मिसळून तयार केलेले विविध खाद्य पदार्थ जपान, कोरिआ, चीन, दक्षिण अमेरिकेतील देशांमध्ये जास्त लोकप्रिय ठरले आहेत.

अलीकडच्या आकडेवारीनुसार सध्या त्या प्रदेशातून प्रतिवर्षी एकशे चाळीस ते एकशे पन्नास दशलक्ष घनटन इतक्या वजनाचे क्रीलची मासेमारी करण्यात येते. पंधरा वर्षापूर्वी याच प्रदेशातील क्रीलचे उत्पादन चाळीस ते पन्नास दशलक्ष घनटन इतके होते. आता केवळ क्रीलच्या मासेमारीतून सुमारे एकशे दहा अब्ज डॉलर्सची उलाढाल घडून येत आहे. क्रीलना पकडल्यानंतर शरीरातील अनावश्यक थर, काटे काढून टाकणे, साफ करणे, रासायनिक प्रक्रिया करून हवाबंद डब्यांमध्ये भरणे आणि दूरदूरच्या देशांमध्ये पाठविणे हा व्यवसायही तेजीत आलेला आहे.

क्रीलचे संशोधन करीत असताना शास्त्रज्ञांना विविध प्रकारची माहिती संकलित करता आली. त्यानुसार दक्षिण पॅसिफिकमध्ये काही ठिकाणी क्रीलचे प्रचंड समूह आढळतात. त्यांची लांबी चार ते पाच किमी आणि रुंदी एक दीड कि. मी. इतकी भरते. व्हेल, पेलीकन पक्षी, शार्क यांचा वावर जवळपास लक्षात आल्यास तो प्रचंड समूह आपला मार्ग एकदम बदलतो. पूर्ण वाढ झालेला क्रील हातात धरल्यास शरीरावरील कवच टाकून कात टाकल्याप्रमाणे शत्रूपासून सुटका करून घेतो. प्रयोगशाळेत क्रीलचे जीवनचक्र अभ्यासले गेले आहे.

मोठ्या बरणीत, वयात आलेल्या मादी क्रीलला ठेवल्यास एका मोसमात ती सरासरीने पंधरा ते वीस हजार अंडी घालू शकते! त्यातील निम्मी अंडी शिल्लक राहतात. क्रीलची संख्या वाढविण्यासाठी बरणीच्या मध्यभागात जाळी ठेवतात. जाळीच्या वरच्या भागात मादीचा वावर असतो. अंडी जाळीतून तळाशी साचल्याने सुरक्षित राहतात. अंडी बाजूला काढून त्यांची स्वतंत्रपणे वाढ करता येते.

क्रीलची एकंदरीत उपयुक्तता वाढल्याने त्यांच्यातील प्रथिन घटकांचा भरपूर पुरवठा यामुळे त्यांची मासेमारी हा एक प्रचंड व्यवसाय आता तेजीत आला आहे. व्हेल, शार्क व माणूस यांच्या आक्रमणामुळे मात्र क्रीलचे भवितव्य धोक्यात आहे.

-*-*-*-

३१. आर्टिक सागराचे ऐश्वर्य : वॉलरस

काळसर, तांबूस रंगाची त्वचा, अडीच-तीन फुटाची लांबी, तोंडाच्या बाजूला ब्रशच्या काट्यांसारख्या पांढऱ्या मिशांचा झुपका. खालच्या जबड्याच्या बाजूकडून मागल्या बाजूस वळलेले दोन टोकदार पांढरे स्वच्छ सुळे. दोन हजार पौंडाचे वजन असलेला महाकाय वॉलरस हा जलचर, आर्टिक सागराच्या नितळ, पारदर्शक पाण्यात हमखास आढळतो. मोठ्या समूहाने बर्फाच्या लाद्यांवर तासन् तास उबदार ऊन घेण्यासाठी लोळत पडणे ही त्याच्या जीवनाची अविभाज्य क्रिया असते.

महाकाय, वजनदार शरीर, क्रूरपणाची जाणीव पाहताक्षणी दिसणारी असा हा वॉलरस, चार पसरट वल्ह्यांसारख्या दिसणाऱ्या पायांमार्फत सफाईने पोहू शकतो. स्वच्छ पाण्यात एखाद्या रॉकेटसारखी वेगवान बुडी घेऊन काही सेकंदात तीन चारशे फूट खोलवर जाऊन स्थिरावतो तेव्हाचे दृश्य केवळ प्रेक्षणीय असते. श्वास रोखून दहा-बारा मिनिटे सहजपणे पाण्यात राहू शकतो. लहान आकाराचे मासे, झिंगे, पाणखेकडे हे त्याचे प्रमुख खाद्य असते. विलक्षण

कुशलतेने शंख, शिंपल्यातील मृदुकाय प्राणी खाण्यात तो वाकबगार असतो. मोठ्या सफाईने दोन्ही जबड्यांमध्ये मृदुकाय प्राण्यांच्या शरीरावरील, कॅलशियम कार्बोनेटचे कठीण आवरण फोडून जिभेच्या सहाय्याने मृदुस्नायूमय अन्न मिळविणे हा त्याचा आवडीचा छंद असतो.

आर्टिक सर्कल या नावाने ओळखल्या जाणाऱ्या बाफीन आयलंडच्या जवळपासच्या जलाशयात वॉलरसचे अभयस्थान असते. नूनाव्हूत भागातील वितळलेल्या बर्फाच्या लाद्यांवर ऊन खात पहुडलेले वॉलरसच्या वसाहती पाहण्यासाठी हौशी पर्यटक जून ते सप्टेंबरच्या मोसमात आता मोठ्या संख्येने येऊ लागले आहेत.

वॉलरस यांना बर्फाळ अस्वले आणि मासेमारी करणारे इन्यूइट जमातीचे मच्छिमार यांच्यापासून संरक्षण मिळवावे लागते. बर्फाळ प्रदेशांतील शुभ्रधवल अस्वले वॉलरसच्या मागांवर असतात. एकदम दोन-तीन अस्वले वॉलरसच्या भोवती वावरू लागतात.

अस्वलांना पाहून वॉलरस पाण्यात उड्या घेतात, पोहत दूर निघून जातात किंवा खोलवर डुबी घेऊन बचाव करतात. परंतु या घालमेलीत वॉलरसची पिल्ले किंवा वृद्ध वॉलरस बाजूला पडतो. त्याच्या मानेची पकड घेऊन अस्वल त्याला अगदी दहा-पंधरा मिनिटे घुसळून काढते. गलितगात्र झालेल्या अवस्थेतील वॉलरसच्या मानेचे खोलवर चावे घेऊन रक्तबंबाळ करून त्याला मारून टाकले जाते. मेलेल्या वॉलरसचे शरीर फरफटत सुरक्षितस्थळी नेऊन अस्वले त्याचा फन्ना उडवितात.

इन्यूइट जमातीमधील व्यक्ती परंपरागत वॉलरसच्या सर्व शरीराचा उपयोग करून घेतात. त्यांचे मांस हे त्यांचे प्रमुख अन्न आहे. कातडीपासून उबदार कोट, जर्कीन तयार करतात. टोकदार सुळे, अस्थी यांच्यापासून हत्यारे करतात. हिवाळ्याच्या सुरुवातीस शिकार करून वॉलरसचे मांस बर्फात गाडून ठेवतात. उन्हाळ्याच्या सुरुवातीपासून त्या मांसाचा वापर रुचकर खाद्यपदार्थ तयार करण्यात होतो.

वॉलरसचे आयुष्य साधारणत: पंधरा ते वीस वर्षाचे असते. पाच-सहा वर्षानंतर मादी एका वेळेस एका पिल्लाला जन्म देते. सहा महिन्यांपर्यंत त्याचे संगोपन करते. जन्मल्यापासून दोन दिवसात पिलू व्यवस्थितपणे पोहू लागते. गर्भधारणेचा काळ पंधरा ते सोळा महिन्यांचा असतो.

साधारणत: पंधरा-वीस वॉलरसचा एक कळप असतो. बलवान प्रौढ नर,

इन्यूइट जमात : शिकारीच्या शोधात

कळपाचा प्रमुख असून सर्वांचे संरक्षण करणे हे त्याचे महत्त्वाचे कार्य असते. दुसरा नर कळपाचा ताबा घेण्यास आल्यास दोन्ही नरांची रक्तबंबाळ होईपर्यंत लढाई होते. पराभूत झालेला वॉलरस मात्र तेथून कायमचा पळ काढतो. वॉलरसचे सुळे खोलवर जखमा करू शकतात, त्यांच्या धक्क्याने माणूस सहजपणे कोलमडतो. त्यांचे जवळून छायाचित्रण करणाऱ्या दोन छायाचित्रकारांना वॉलरसच्या अफाटशक्तीचा अनुभव मिळालेला आहे. त्यांच्या शरीरातील पौष्टिक तेल, चरबी आणि हस्तीदंताइतकेच उपयुक्त ठरणारे सुळे मिळविण्यासाठी वॉलरसची चोरटी शिकार १९७५ पर्यंत मोठ्या संख्येने केली जात होती. तेव्हाच्या गणनेनुसार वॉलरसची संख्या पन्नास हजारांपेक्षा कमी होऊन पूर्णपणे नष्ट होण्याचा टप्पा सुरू झाला होता. कॅनडा, अमेरिका देशांनी त्यांच्या शिकारीबद्दल कडक कायदे करून त्यांना अभयदान दिले आहे. फक्त इन्यूइट जमातीमधील प्रत्येक कुटुंबाला वर्षात पाच वॉलरस मारण्याचा परवाना दिला जातो. आता त्यांची संख्या दोन लाखांचे जवळपास आहे. उन्हाळ्याच्या मोसमात वॉलरसचे कळप हमखास आढळतात त्यांचे चित्रीकरण अनेक सिनेमांमध्ये करण्यात आलेले आहे.

-*-*-*-

३२. सागरातील मानवी मित्र

मानवाने चंद्रावर पदार्पण करून, सूर्यमंडलातील ग्रहांवर स्वामित्व मिळविण्याची शक्यता निर्माण झाली आहे. मंगळ, शुक्रावरील तथाकथित मानवाने शास्त्रीय जगात एक न उकलणारे गूढ निर्मिले आहे. हिममानवासंबंधी शास्त्रज्ञांनी खूपच माहिती मिळविली आहे आणि आता 'सागरातील मानवांना' आपलेसे करून घेण्याकडे लक्ष केंद्रित केले आहे.

वाघ-सिंहासारख्या हिंस्त्र श्वापदांना माणसाळवले आहे. कबुतर, मोर, पोपट यासारख्या पक्ष्यांना आपलेसे करून त्याकरवी मनोरंजन, संदेशवहन यासारखी कामे मानव करून घेतो. गोरिला, चिपांझी माकडे तर शिकविल्यावर माणसाची सहीसही नक्कल करू शकतात. मधमाशा रेशमाचे किडे यांना तर आपण गुलामच बनविले आहे आणि आता सागरावरील स्वामित्व असलेल्या 'व्हेल डॉलफिन' वगैरे मानवी माश्यांना शास्त्रज्ञ आपलेसे करून घेत आहेत.

हे प्रचंड मासे जरी पाण्यात वस्ती करून आपले तरी माणसाप्रमाणे श्वासोच्छवास, शरीराची घडण, उष्ण, रक्त, पुनरुत्पत्ति हे गुणधर्म त्यांच्यातही सही-सही आढळतात. ते पाण्यात राहतात एवढेच.

सागरातील त्यांच्या वास्तव्यामुळं जलप्रवास म्हणजे एक दिव्यच ठरते. प्रचंड व्हेल, शार्क माश्यांनी धडका देऊन कित्येक बोटी रसातळाला पाठवल्या आहेत. अमोल धनसंपत्ती, माणसे 'समुद्र स्तृप्यंतु' झाली आहेत. परंतु योग्य रीतीने, संशोधनपूर्वक त्यांना हाताळल्यास त्यांच्या आवडीनिवडीनुसार शिक्षण दिल्यास ते आपले जिवलग मित्र बनून मनोरंजन तर करतातच, पण संकटात, युद्धात आपल्या जीवाचे रक्षण करतात हे वाचून अचंबाच निर्माण होईल. पण हे सत्य असून पाश्चिमात्य देशात ही कला फारच प्रगतीपथावर आहे.

डॉलफिन व्हेल या माशांचे थवेच्या थवे वावरत असतात. यातील मादी वर्षातून एकदा १-२ पिल्लांना जन्म देते. पिल्ले जसजशी मोठी होतात तसतशी आई या पिल्लांना अन्नशोधार्थ घेऊन भटकू लागते आणि हीच त्यांच्या शिकारीची योग्य वेळ होय. पॅसिफिक महासागरात मियामी, फ्लोरीडा, ग्वाम, बहामा या प्रदेशांच्या किनाऱ्याजवळ टोळ्या फिरत असतात. अशा मातेबरोबर पिले दिसताच अर्ध्याएक मैलाच्या परिसरात चहूबाजूंनी तारांची भक्कम जाळी पेरतात व चहूबाजूंनी ती जाळी जवळ आणतात. याचवेळेला पाण्यात भयानक आवाज काढून, खाण्याचे आमिष दाखवून पिल्लांना जाळीच्या कडेला आणतात व त्यात त्यांचे कल्ले, शेपूट अडकवतात व याचवेळी आता टिकाव नाही हे पाहून मादी कुंपणावरून उडी मारून पलायन करते. पिल्ले लहान असल्यामुळे उडी मारणे त्यांना जमत नाही. अशा अडकलेल्या पिलांना गुंगीचे औषध दिले जाते व उचलून तलावात घेण्यात येते आणि अशा प्रकारे त्यांच्या नवीन जीवनास प्रारंभ होतो.

बोटीतून त्यांना सागरापासून जवळच असलेल्या मोठमोठ्या तलावात सोडतात. हे बंदिस्त तलाव म्हणजे त्यांच्या शाळाच. या तलावांची रचना, वातावरण थेट समुद्रासारखे असते. सुरुवातीस अशा तलावात २-३ मासे असतात. त्यांचे शिक्षक पाणबुड्यांचा वेष घालून त्यांचे समवेत पोहू, खेळू लागतात व काही दिवसातच त्यांची भीती जाऊन ओळखीचे संबंध होतात. या सर्व माश्यातील महत्त्वाचा गुण म्हणजे त्यांचे तीक्ष्ण कर्णेंद्रिय व कमालीची बुद्धिमत्ता! पाण्यातील थोडासा ध्वनी त्यांचे लक्ष वेधून घेतो. यासाठी तलावाच्या कोपऱ्यातून निरनिराळे स्पीकर्स, कर्णे, ध्वनी निर्माण करणारी यंत्रे बसविलेली असतात. एका कर्ण्यातून ध्वनि निर्माण करताच डॉलफिन तिकडे आकर्षिला जातो. पण तेथे काहीही नसते. याचवेळी दूरवर विशिष्ट आवाज केला असता डॉलफिन तिकडे जातो व तेथे त्याला बक्षिशी म्हणून खाद्य लावलेले असते.

अशा रीतीने ठराविक आवाज केले असता खाद्य मिळते या अचूकतेवर पाण्यातून उडी मारणे, जळत्या रिंगणातून पलीकडे जाणे, जवळ येणे, दूर जाणे, पाणबुड्यांबरोबर पोहणे ही कामे त्यांच्याकडून घोटवून घेतली जातात.

या शिक्षणक्रमातून योग्य शिक्षण मिळाल्यावर १०-१२ डॉलफिनना एकत्र आणतात आणि एक तुकडी तयार करून शिक्षण दिले जाते. आता त्यांची माणसाबद्दलची भीती लोपलेली असते व त्यांचे शिक्षक त्यांना इंग्लिश भाषेतून ऑर्डर्स (आज्ञा) देऊ लागतात. काही दिवसातच ते इंग्लिश भाषा समजू शकतात. ठराविक वेळेला विश्रांती घेणे, खाण्यासाठी येणे, निरनिराळ्या कामांची तयारी करून घेणे वगैरेचे वेळापत्रक आखले जाते व काटेकोरपणे पाळले जाते. अशारितीने काही महिन्यात शिक्षणक्रमानंतर डॉलफिन शिकून पूर्ण तयार होतो. तो आता संपूर्ण माणसाळलेला असतो. अशा शिकलेल्या डॉलफिनची किंमत १०-१५ हजार रुपये असते! संपूर्ण वाढलेला डॉलफिन साधारणत: ५००-५५० पौंड वजनाचा, १५-२० फूट लांब, असा असतो. मोठमोठ्या हॉटेलातील, बोटीवरील तलावात मनोरंजनासाठी त्याची पाठवणी होते.

अशा तलावाभोवती प्रेक्षक बसतात व कार्यक्रमास सुरुवात होते. पाण्यातून उडी मारून फळे खाणे, तुकडीतुकडीने बॉस्केटबॉल, फुटबॉल खेळणे, लुटपुटूची

लढाई करणे, प्रेक्षकांच्या हातून खाऊ घेणे. प्रयोग सुरू होताना व संपताना प्रेक्षकांचे अभिवादन हस्तांदोलन करून प्रेक्षकांचे मनोरंजन करतात. सर्वच हालचाली फार चपळ मनोवेधक असतात. तसेच हौशी प्रवाशांना पाणबुड्याचा पोशाख देऊन दोन डॉलफिन फार आज्ञाधारक, खेळ करतात. फक्त त्यांचे पाठीवर स्वार होताच स्वाभिमान दुखावतो व लागलीच चवताळतात. त्यांची ठराविक काळजी व वैद्यकीय तपासणी वरचेवर करावी लागते. कारण माणसाप्रमाणेच ताप, पित्त, हगवण यासारखा त्रास त्यांना होतो.

डॉलफिनचा जसा मनोरंजनासाठी उपयोग केला जातो तसाच शास्त्रीय प्रयोगांसाठी उपयोग होतो. सागराच्या वैभवाचा कर्दनकाळ ठरलेल्या शत्रूंच्या पाणबुड्या प्रतिध्वनिच्या नियमानुसार शोधून काढण्यास, तसेच बुडालेल्या जहाजांचे अवशेष शोधून काढणे पाणबुड्यांचा इतर उपद्रवी माश्यांपासून बचाव करणे, शत्रूची पाणबुडी ओळखताच त्यावर जाऊन आदळणे व अंगाला बांधलेल्या 'टॉर्पेडों'च्या साहाय्याने त्यांचा नाश करणे असा विविध उपयोग होत आहे. शास्त्रज्ञांनी डॉलफिनच्या मेंदूची चिकित्सक तपासणी केली आहे व तो माणसाप्रमाणे बुद्धीवान असल्याचा निर्वाळा दिला आहे.

-*-*-*-

पाणपक्षी

टपेटर स्वान हा सर्वांत मोठ्या आकाराचा पाणपक्षी आहे. याच्या संपूर्ण शरीरावर पांढऱ्या पिसांचे आवरण असते. याच्या दोन पंखांचा पसारा सात ते आठ फूट असतो. त्याची दीड ते दोन फूट लांब मान, तीन ते चार इंच लांबीची काळ्या कुळकुळीत रंगाची टोकदार चोच लक्ष वेधून घेते.

याचे वजन वीस ते पंचवीस किलोग्रॅम असते. उत्तर अमेरिका खंडातील सरोवरांमध्ये हा अत्यंत सफाईदारपणे पोहताना आढळतो. त्याचे पाय फारसे बळकट नसल्यामुळे तो जमिनीवरून फारसा चालत नाही. उत्तर अमेरिकेच्या पश्चिम किनारपट्टीच्या भागात आढळणाऱ्या या पक्ष्यांच्या संख्येत गेल्या पन्नास वर्षांत मोठ्या प्रमाणात घट झाली आहे. आता त्याचे वास्तव्य कॅनडा, अलास्का,

व्हर्जिनिया या प्रांतांत काही प्रमाणात आहे.

सरोवरांच्या दलदलीच्या भागातील किडे, मासे, जलचर हे त्याचे आवडते खाद्य असते. मान उंचावून विशिष्ट ध्वनी निर्माण करण्याची त्याला सवय असते. बिल विशमन या शास्त्रज्ञाने हा ध्वनी रेकॉर्ड केला होता. त्याची पांढऱ्या रंगाची अंडी आणि त्याचे मांस खाण्यासाठी रुचकर असते. त्यामुळे त्याची हत्या मोठ्या प्रमाणावर करतात.

आश्चर्याची गोष्ट म्हणजे, कडक हिवाळ्यातही हा पाणपक्षी बर्फात सहजपणे वावरू शकतो. कॅनेडियन व अमेरिकन सरकारने त्याच्या शिकारीवर कायद्याने बंदी आणली आहे. व्हर्जिनिया प्रांतात त्याचे संगोपन केले जाते. सध्या पृथ्वीवरील त्यांची संख्या फक्त पंधरा हजारांच्या जवळपास आहे.

□□□

३२. बर्फातील ओॲसिस!

'ओॲसिस' हा शब्द वैराण वाळवंटातील हिरव्या परिसराला शोभून दिसतो. निर्जन शुष्क वाळवंटात कोठेतरी असणारा पाण्याचा भूमिगत साठा तेथील परिसराचे स्वरूप बदलून टाकतो. शास्त्रज्ञांनी आपल्या धाडसी संशोधक वृत्तीने शून्याखाली असणाऱ्या तापदायक तपमानातही 'पोलारस्टर्न' नावाच्या भव्य जहाजांमार्फत 'ओॲसिस' तयार केले आहे.

सोळा हजार टन वजन, एकशे अठरा मीटर्स लांब आणि पंचवीस मीटर्स रुंदीचे 'पोलारस्टर्न' जहाज अल्फ्रेड वॅगनर याच्या संशोधक संस्थेने १९८२ मध्ये तयार करून घेतले. वर्षभर आर्क्टिक, अंटार्क्टिक भागात बर्फाचे साम्राज्य असते. त्या साम्राज्यांत शिरकाव करून, मुक्काम टाकून अनेकविध प्रकारचे

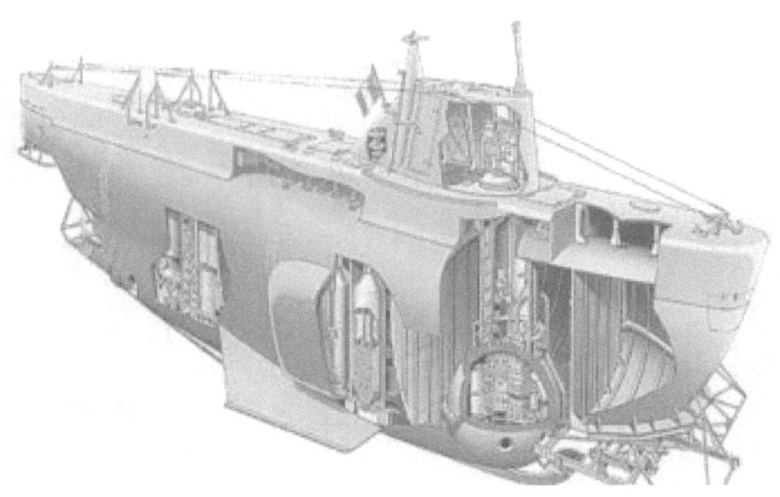

शास्त्रीय संशोधन करण्यात वॅगनर संस्थेने पुढाकार घेतला आहे.

या जहाजात एकोणीस हजार अश्वशक्ती निर्माण करू शकणारी इंजिने आहेत, ताशी सोळा मैल (नॉटस) इतक्या वेगाने 'पोलारस्टर्न' प्रवास करू शकते. या जहाजाचा बाजूचा पत्रा तीन फूट जाडीच्या पोलादाचा असल्याने पाच सात फूट रुंदीचा बर्फ व्यवस्थितपणे फोडून मार्गक्रमणा करू शकते.

'पोलारस्टर्न'वर सर्व प्रकारची अत्याधुनिक संशोधन सामुग्री कार्यान्वित करण्यात आलेली आहे. यात 'बॅथिस्केप' प्रकारची पाणबुडी असून त्यामार्फत दोन शास्त्रज्ञ सागरात पाच हजार फूट खोलपर्यंत जाऊन सागराच्या अंतरंगातील जलसृष्टीवर संशोधन करू शकतात. जहाजाच्या पुढील भागात हेलिकॉप्टर्स ठेवण्याची सोय आहे. जहाजाच्या पूर्व भागातून यांत्रिक हात (विंचेस) पाण्यात खोलवर जाऊ शकतात. त्यांच्या मदतीने सागरांतील अवशेष, दगड, सागरी शैवालांचे पुंजके संशोधनासाठी वर काढण्यात येतात.

यात एकूण एकशे दहा प्रवासी सहा महिनेपर्यं अत्यंत व्यवस्थित स्वरूपात राहू शकतील अशा प्रकारची व्यवस्था आहे. त्यांना टेलिफोन, टेलिव्हिजन यांचेमार्फत बाह्यजगाशी व्यवस्थित संपर्क ठेवता येतो. या जहाजात सर्व सुविधा असल्याने बर्फाळ साम्राज्यात सलग चार-पाच महिने मुक्काम करून जर्मन शास्त्रज्ञांनी खोल बर्फात दडलेली खनिजे, इंधनाचे साठे, बर्फाखालील सजीव

सृष्टीबद्दल भरपूर माहिती संकलित केलेली आहे.

'पोलरस्टर्न' या जहाजांमार्फत भूशास्त्रज्ञ, प्राणी, वनस्पती संशोधक, भूगोलतज्ज्ञ, खनिजे उत्खनन तंत्रज्ञ, हवामानतज्ज्ञ यांच्या तुकड्या आर्क्टिकच्या बर्फाळ प्रदेशात तांबे, कोळसा आणि खनिज तेल यांचा मागोवा घेतल्याने १९८६च्या सप्टेंबरपासून काही भागात उत्खनन सुरू झाले आहे. 'पोलरस्टर्न'ची एकंदर रचना अशा प्रकारे आहे की उणे पन्नास अंश सेल्सिअस पाच अंश सेल्सिअस इतक्या कमी तपमानात त्यातील यंत्रे आणि शास्त्रज्ञ व्यवस्थित कार्य करू शकतात.

-*-*-*-

प्राचार्य (नि.) अनिल दांडेकर

१) माध्यमिक विज्ञान अध्यापक, नू. म. वि. प्रशाला - २२ वर्षे
२) प्राचार्य, एम.आय.टी. स्कूल, कोथरूड, पुणे - १२ वर्षे
   भ्रमणध्वनी - ७७९८६४९३०३

* शिक्षण संचालक, अंदमान- निकोबार यांचेतर्फे त्सुनामीग्रस्त विद्यार्थी, अध्यापकांना मार्गदर्शक म्हणून पोर्ट ब्लेअर येथे वास्तव्य केले. त्सुनामीची वैज्ञानिक माहिती संकलित केली.

* नैसर्गिक आपत्ती व्यवस्थापन या विषयावर विशेष अभ्यास. 'त्सुनामी लाटां'ची सीडी, नकाशे यांच्यासह माहितीपूर्ण ५०० पेक्षा जास्त व्याख्याने दिली. त्सुनामीसंदर्भात जनजागृती करण्याचा नावीन्यपूर्ण उपक्रम राबविला. आजपर्यंत सुमारे एक लाख व्यक्तींपर्यंत 'त्सुनामी'ची परिपूर्ण माहिती दिली.

* भारतात आणि चीन, जपान, इजिप्त, रशिया, ब्रिटन या देशांमध्ये अभ्यास दौरे. वॉशिंग्टन येथील जगविख्यात नॅशनल जिओग्राफिक संस्थेला अभ्यासभेट. क्रीडा वार्ताहर म्हणून भारतीय संघाबरोबर अपंग खेळाडूंच्या आंतरराष्ट्रीय क्रीडा स्पर्धांना न्यूयॉर्क येथे सहभाग. (१९८४)

* पुणे- एव्हरेट २०१२ गिरिप्रेमीच्या मोहिमेत सक्रिय सहभाग. दोन विद्यार्थी १९ मे २०१२ रोजी एव्हरेस्टविजेते ठरले.

पुढील विषयांवर मनोरंजक व्याख्याने–

१) चीनची अतिप्रचंड भिंत, जपानमधील हिरोशिमा येथील अणुबॉम्बचा संहार. चीन, जपानची संस्कृती-सामाजिक ओळख सीडीच्या साह्याने करून देणे.

२) इजिप्तचे पिरॅमिड्स, सुएझ कालवा, सहारा वाळवंट यांचे अनुभव.

३) नेपाळ, यशस्वी एव्हरेस्ट मोहीम २०१२ चे सादरीकरण.

४) वृत्तपत्रे, मासिके यांतून विज्ञान, भौगोलिक माहिती, क्रीडा, प्रवास इत्यादी विषयांवर तीन हजार लेख प्रसिद्ध. ज्ञान आणि मनोरंजन, जनरल नॉलेज विषयांवर सहा पुस्तके प्रसिद्ध.

* विविध शैक्षणिक कार्याबद्दल ६ जानेवारी २०१० रोजी पुणे महानगरपालिकेने विशेष गौरव पदक देऊन सन्मानित केले.